HAZINA YA USHAIRI

Kwa wanafunzi wa shule za upili

Vitalis Oyoo Onyango

ISBN: 978-9966-1818-8-6

Kimepigwa chapa na

Ariba Book Publishers,

S.L.P. 503-40600,

Siaya –Kenya.

Website: www.aribabp.com

YALIYOMO

1

SHUKRANI

Kwanza nianze kwa kumshukuru Mwenyezi Mungu, ambaye kwa mtazamo wangu, ndiye aliyenipa wazo la kuandika kitabu hiki na nguvu kulitimiza wazo hilo japo haikuwa kazi rahisi kutimiza lengo langu kutokana na ugumu wa shughuli nzima ya uchapishaji nchini Kenya. Kwa hiyo, ningependa kumshukuru kipekee Mkurugenzi Mtendaji wa kampuni ya *Ariba Book Publishers*, Bwana Elisha Otieno, kwa kukubali kuuchapa mswada wangu uliozaa kitabu hiki.

Ningependa kuchukua fursa hii kuwashukuru waandishi wote wa kazi ya ushairi ambao nimetumia maandiko yao katika kujielimisha juu ya ushairi wa Kiswahili na kufunzia maswala ya ushairi kwa wasomaji.

Shukrani zangu za dhati zimwendee mwenzangu katika Idara ya Kiswahili, Shule ya Upili ya Wavulana ya Miwani, ndugu Bernard Okoth Otieno, kwa kuchukua muda wake kuisarifu kazi hii hadi ikawa katika kiwango ilipo.

Aidha, shukrani zangu namtolea barafu wangu wa moyo, Jane Achieng' na wanetu, Brenda Roseline Atieno, Mildred Akinyi, Fidel Omondi na Phelix Otieno kwa kunipa moyo kuendelea na kazi hii kila nirudipo mastakimuni baada ya kazi za kutwa za ualimu. Andiko hili liwapoze machungu na mjihisi kuhusika kipekee katika kuendeleza lugha hii adhimu ya Kiswahili.

Mwisho, ninawashukuru wazazi wangu ambao walinileta na kunisomesha hata nikapata maarifa haya ambayo ninayaweka kitabuni kama hazina na kumbukumbu kwa wanafunzi wa leo na vizazi vijavyo.

Napenda kusema kwamba niliowashukuru hapa hawahusiki kwa vyovyote na udhaifu wowote ambao huenda ukaonekana kitabuni.

DIBAJI

Hazina ya Ushairi ni kazi ambayo inadhamiria kuondoa ugumu wa uchambuzi wa mashairi na kuufanya uwe somo linalowezekana kusomwa, kufurahiwa na kuchambuliwa na mwanafunzi pasipo kumhitaji sana mwalimu wake. Ukiwadadisi wanafunzi maoni yao kuhusu somo la ushairi utagundua kuwa asilimia kubwa sana wasingalipenda litahiniwe. Kisa na maana ni kwamba linachukuliwa kuwa somo la kuogofya na walimu wengi, falaula mwanafunzi aliyezongwa na masomo mengine mengi 'magumu'! Wengi hawaoni sababu ya kusumbuliwa na mashairi hasa ikikumbukwa kwamba ujuzi wake hauhitajiki mtu anaposaka gange. Mwelekeo huu hasi ni tisho kubwa linaloelekea kuangamiza fahari na umuhimu wa ushairi miongoni mwa vizazi vichanga.

Wataalamu wa awali walitunga diwani na wenzao kuzichambua. Wengi wa hao waliozichambua walisahau kutoa ushairi mikononi mwa Mswahili. Waliishia kuutwaa vile ulivyokuwa katika enzi za Muyaka bin Haji na kumkabidhi mwanafunzi asiyehusiana naye kwa lolote wala chochote kisha wakamtaka aipende na kuionea fahari fasihi ya Kiswahili kama alivyopenda Mwalimu Simtaji na wengineo. Matokeo yake ni kwamba taabu za mwanafunzi hazikufikiriwa katika diwani zile wala katika tahakiki zao. Aidha, istilahi za ushairi, hasa zenye asili ya Kiarabu, zilimkaba koo, msamiati wa kishairi [lugha za kilahaja] ulimzonga pumzi, na arudhi kadha zikamtisha na kumtamausha akawa mnyonge kweli. Kwa sababu hiyo, hata kazi sahili na wa kupendeza zisizohitaji tafakuri, kama vile mashairi ya

3

watunzi wa kileo kama Alamin Mazrui, Said Ahmed Mohamed, Fikeni Sonkoro, David Massamba, Mugyabuso Mulokozi, Kithaka wa Mberia na wengine wengi, hazipati umaarufu unaostahiki miongoni mwa vijana.

Diwani zilizosomwa na walimu na wanagenzi wao zilikuwa zizo hizo zinazowanyima raha wanafunzi darasani. Matokeo ni kuwa vyuo vilizaa walimu wengi wasioyapenda mashairi na vitabu visivyoeleweka viliwanyima starehe. Nao waliingia navyo madarasani; kufunza ati! Walipomaliza kufunza wanafunzi walitamani sana somo hilo liondolewe kabisa kwenye silibasi. Hivyo basi mimi situngi diwani, nahifadhi hazina ya ushairi; kumbukumbu ya kurejelewa na mwalimu na mwanafunzi darasani.

Vitalis Oyoo Onyango,
Shule ya Upili ya Wavulana ya Miwani,
Januari, 2016.

UTANGULIZI

Ushairi ni utanzu wa fasihi unaotumia muundo maalum na mapangilio teule wa maneno ili kuwasilisha kusudi la mtunzi kwa msomaji na msikilizaji. Ushairi unaweza kuwa utanzu wa fasihi simulizi na pia fasihi andishi kwa sababu mashairi yanaweza kuwasilishwa kwa njia ya kuimba, kukariri, kughani, kuandikwa.Sifa kuu ambayo hutofautisha ushairi simulizi na ushairi ulioandikwa ni utendaji.

Malengo ya ushairi

(a) Kuongoa na kuburudisha. Nyimbo kama bembelezi (bembea) hutumiwa kuwaongoa watoto na kuwabembeleza walale.
(b) Kueneza na kukuza urembo wa lugha husika.
(c) Kuelimisha, kukosoa na kurekebisha jamii.
(d) Kutoa maoni kuhusu matukio fulani ya kijamii.
(e) Kukejeli au kukemea mambo yanayoenda kinyume na maadili ya jamii.
(f) Kuhifadhi na kuendeleza utamaduni wa jamii husika.
(g) Kuweka kumbukumbu.Yaweza kuhifadhi kumbukumbu za matukio ya kihistoria Kwa mfano: vita,vitendo vya watu mashuhuri, vita.

Sifa za ushairi

Ushairi ni mojawapo wa tanzu za fasihi. Kama tanzu nyingine za fasihi, ushairi una upekee wake. Upekee huu hujidhihirisha pale mshairi anafinyanga lugha au kuboronga sarufi ili aweze kuelezea ujumbe wake. Ushairi kwa ujumla ina sifa zifuatazo:

Huwa na mpangilio maalumu kuanzia beti, mizani, mishororo, maneno.
Huelezea mambo yanayohusiana na imani za watu katika jamii mbalimbali. Ushairi hutumia lugha teule ya mkato (kujibana).
Hutumia maneno na tamathali nyingi za usemi ambazo huibua picha au taswira. Ushairi ni sanaa; ni kazi iliyobuniwa kwa ufundi mkubwa.
Huamsha hisia na kugusa moyo wa msomaji au msikilizaji. Hukiuka kanuni za kisarufi.

Madai ya wanamapokeo na wanamapinduzi kuhusu ushairi wa Kiswahili

Dai la msingi la wanamapokeo (wanajadi) ni kuwa urari wa vina na mizani ni roho na uti wa mgongo wa shairi la Kiswahili.Wengi wa wanamapokeo hawakiri kuwa kinachotungwa na wanamapinduzi ni mashairi. Wanauchukulia ushairi wa kisasa kuwa si ushairi bali ni insha au nathari tu.Kwa upande wa wale wachache wanaokiri kuwa ni ushairi, wanauona kuwa ni ushairi usio bora na ushairi wa kigeni.Wanauchukulia kuwa ni ushairi uliotokana na kuiga ushairi wa Kiingereza.Aidha, wanawachukulia wanamapinduzi (wanausasa) kuwa ni watu walioshindwa kutunga mashairi ilhali wanatamani kuwa watunzi wa mashairi. Matokeo yake ni kutungavitu visivyokuwa mashairi na kudai kuwa ni mashairi ya kisasa, jambo ambalo wao wanamapokeo hawalikubali.Wanazuoni wanaounga mkono chapuo mkabala huu ni pamoja na Said Karama, Jumanne Mayoka, Amiri A. Sudi, Haji Gora, Mathias Mnyampala, Shaaban bin Robert, Amri Abedi, Wallah bin Wallah.

Kwa upande wao, wanamapinduzi wanawalaumu wanamapokeo kwa kuzuia maendeleo ya ushairi wa Kiswahili kwa kutoutambua ushairi 'mpya' ulioibuka.Wanamapinduzi wanabainisha kwamba ushairi simulizi wa Kibantu, ambayo ndiyo chimbuko la ushairi wa Kiswahili, kama wanavyokiri pia wanamapokeo,haukufuata kanuni za urari wa vina na mizani. Kanuni ya urari wa vina na mizani kama uti wa mgongo wa ushairi wa Kiswahili wanaiona kama kanuni iliyotokana na athari za Waarabu katika ushairi huo wala si kanuni ya jadi ya ushairi wa Kiswahili. Hivyo, wanamapinduzi nao, kama ilivyokuwa kwa wanamapokeo, wanalaumu ujio wa wageni kama chimbuko la athari mbaya kwa ushairi wa Kiswahili.Wanamapinduzi wanaenda mbali na kukazia kwamba shairi liamuliwe na kufungamana na mawazo, mtiririko wa hisia na makusudio ya mtunzi na si mbinu ya kifani.

Kwa jumla, wanausasa hawapingi uhalali wa urari wa vina na mizani katika ushairi wa Kiswahili bali wanataka aina 'mpya' ya ushairi, ushairi usiofuata urari wa vina na mizani utambuliwe kuwa ni mashairi ya Kiswahili pia.Kwa hiyo, wanamapinduzi wanatambua mashairi yenye urari wa vina na mizani kuwa ni mashairi ya Kiswahili lakini hawaoni kuwa huo ndio uti wa mgongo wa ushairi wa Kiswahili; mashairi ya Kiswahili yanaweza pia kutokuwa na urari wa vina na mizani.Watetezi wanaopigia chapuo maoni haya ni Fikeni Sonkoro, Euphrase Kezilahabi, Kulikoyela Kanalwanda, David Massaamba, Theobald Mvungi, Kithaka wa Mberia miongoni mwa wengine wengi.

Ulinganishi na ulinganuzi wa mashairi ya arudhi na mashairi huru.
Mlingano:
Maumbo- Kimaumbo, yote hujigawa katika beti, mishororo, vipande na mizani.
      Hutumia lugha ya mvuto, ya kimafumbo, ya kishairi, tamathali za usemi.

Hutumia uhuru wa kishairi kama inkisari, mazida, tabdila, kufinyanga sarufi na kadhalika.

Uakifishaji: Yote hutumia alama za kuakifisha kama koma, kiulizi(o), kituo kikuu, kibainishi.

Maudhui : Maudhui yote huwa na ujumbe muhimu wa mtunzi. Huzungumzia mambo yanayomhusu binadamu na mazingira yake. Ulinganuzi:

Maumbo hubadilika katika mashairi huru lakini katika mashairi ya arudhi (wanamapokeo) hayabadiliki.

Katika mashairi ya arudhi, viwakilishi hutumiwa kwa kusudi maalumu ilhali katika mashairi ya arudhi viwakilishi havitumiwi sana ila koma, kiulizi, kishangao.

Mashairi huru hutumia lugha sanifu. kwa kiasi kikubwa. Mashairi ya kimapokeo huboronga sarufi kwa kusudi la kutosheleza vina na mizani.

Idadi ya mistari kutoka ubeti hadi ubeti hutofautiana katika mashairi huru.

Katika mashairi ya arudhi, idadi ya mizani, vina na vipande huzingatiwa.

MUUNDO WA MASHAIRI YA KIARUDHI

Muundo maalum wa utunzi unasababishwa na arudhi/kanuni/sheria zinazoambatanishwa na ushairi. Kanuni hizi ikiwa hazieleweki vizuri kwa msomaji tangu mwanzo, humfanya msomaji au msikilizaji kuamini kuwa ushairi ni mgumu. Miongoni mwa kanuni hizo ni :

(i) Ubeti (wingi: beti)

Ubeti ni kifungu chenye idadi fulani ya mishororo. Wingi wa ubeti ni beti.Kishairi, inakusudiwa kuwa kila ubeti una maudhui au ujumbe tofauti na ubeti mwingine. Kimaendeleo ni kuwa ubeti-tangulizi una uhusiano wa kimantiki na ubeti unaofuata. Beti zote katika shairi zinabainisha shabaha (dhamira) ya mwandishi wa shairi. Tena, beti huonyesha urefu wa shairi.Mfano wa ubeti:

Kama wanipenda sana, wangu wamtakiani?
Naepuka kupitana, nakusihi kwa hisani,
Sitaki la kupishana, kama hilo samahani,
Penzi watu kupendana, twaingiliana nini?
Wanipendani kidada, mke wangu nakukanya.

(ii) Mshororo (wingi: mishororo)

Mshororo ni msitari mmoja wa maneno yenye maana fulani katika shairi. Wingi wa mshororo ni mishororo.Urefu wa kila mshororo hutegemea aina ya shairi.Mishororo huhesabiwa kwa kurejelea kila ubeti,na wala si beti zote kwa jumla.Mshororo huwa na sehemu inayochangia katika kufafanua na kuyafanya maudhui kueleweka kwa uwazi zaidi.

Mfano	Maana
Kwanza pulikani, lulu twaipata	Kwanza juu kuwa tunapata lulu
Samaki yakini, faida hulata	Ukweli ni kuwa samaki huleta faida
Aida wendani, pia huokota	Zaidi ni kuwa marafiki huokota

Maudhui hapa ni faida ya habari.

Majina ya mishororo mbalimbali

(a) **Mwanzo** - Ni mshororo au msitari wa kwanza katika ubeti.

(b) **Mloto** - Huu ni mshororo wa pili katika ubeti.

(c) **Mleo/ mlea** –Ni mshororo wa tatu katika ubeti.

(d) **Kituo** - Ni mshororo wa mwisho katika kila ubeti.

Ikiwa msitari wa mwisho wa ubeti unarudiwarudiwa katika kila ubeti katika shairi huitwa- kibwagizo/kiitikio/mkarara au kipokeo.Kibwagizo hubeba dhamira ya shairi.

Ikiwa msitari wa mwisho haurudiwirudiwi,yaani unabadilikabadilika kutoka ubeti hadi ubeti huitwa- kimalizio au kiishio.

Mfano wa mishororo

Neno la kweli daima, lina nguvu za kutosha,.................Mwanzo 1

Ni silaha ilo nzima, shabaha kutopotosha,...................Mloto 2 *Neno*

ngome ya hishima, msema kweli hunyosha,...........Mleo/ mlea 3 *La*

urongo lapotosha, dumu katika ukweli...................Kituo 4

(iii) Kipande

Kipande ni sehemu ya mshororo mzima au ni mgao wa mstari katika vijisehemu vingi.Kikawaida, kipande kimoja, hasa cha kwanza hudokeza wazo na cha pili au cha tatu hukamilisha wazo. Huonyeshwa kwa mkato.

Majina ya vipande

(a) Ukwapi- Ni kipande cha kwanza katika mshororo.

(b) Utao – Ni kipande cha pili katika mshororo.

(c) Mwandamizi – Ni kipande cha tatu katika mshororo.

(d) Ukingo – Ni kipande cha nne katika mshororo.

Mfano

Ukwapi	Utao	Mwandamizi	Ukingo
Kibandani,	nipo,	kama dema la samaki,	samaki nimo demani,
Nimo ndani,	na ujapo,	wallahi sisitiriki,	sisitiriki bandani,
Kubaini,	kama nipo,	na katu hutaabiki,	hutaabiki ndani,
Na chooni,	liko papo hapo,	kaango la miswaki,	miswaki chooni,
Sebuleni,	hapohapo,	hukaribishi rafiki,	rafiki wa sebuleni,
Sisitiriki bandani,	mkata,	samaki,	nimo demani.

(iv) **Mizani**

Mizani ni kipimo cha urefu wa kila mshororo. Huzingatia silabi za maneno ambapo kila silabi huwa mizani moja; ni jumla ya silabi zilizomo katika mshororo au mishororo ya ubeti, mgawanyiko wa sauti zinazoweza kutamkika kwa kufuata muundo wa irabu moja pekee (I), konsonanti na irabu (KI), konsonanti mbili na irabu (KKI), konsonanti tatu na irabu (KKKI). Mizani huhesabiwa kwa kila kipande na na kujumuishwa katika mshororo. Mizani huandikwa kwa tarakimu na kwa kutumia mistari ya kutenganisha vipande na kujumuisha silabi zote katika mashororo, yaani,

x – x =2x au x – x – x = 3x.

Mifano

(a) we/ma/m/fa/nye/fu/la/ni, kwa/ku/la/na/ngu/o /pi/a.......8 – 8 = 16
     1 2 3 4 5 6 7 8   1 2 3 4 5 6 7 8
   U/m/fu/nze/ kwa/ ma/ki/ni/, na/pe/sa/za/ku/tu/mi/a.........8 – 8 =16
    1 2 3 4   5   6 7 8   1 2 3   4 5 6 7 8
   Na/pi/la/ha/ku/tha/mi/ni, kwa/ni /ku/ku/mbu/ki/la..........8 – 7 15
     1 2 3 4 5 6 7 8   1 2 3 4 5 6 7

(b) To – ha – ra, ni – ta – ma- du – ni, u- si- ya- shi- ke............3 – 5 – 5 = 13
   To- ha- ra, a – ti- u – tu- zi- ma – ni, a – ju- mu – i – ke ......3 – 7– 5 = 15
   To – ha – ra, u-ma-a-lu – ni, kwa- mwa—na-m-ke ....3 –6- 5 = 14

9

(c) Tumestaarabika, na kazi tunachukia,………………………8 – 8 = 16

Kazi kando tunaweka, tukifanya twalipua,……………..8 – 8 = 16

Kazi kwetu ni udhia……………………………………8

Wakati wa kujibu maswali ya mtihani unatakikana kuonyesha au kueleza mizani, wala si kuonyesha namna ulifikia uamuzi wako.

Mfano kimtihani

(a) 8,8=16

(Kuonyesha)

8,8=16 8,7=15

Kuonyesha ni kuwa, kila mshororo una mizani 8 kwa (8) kila kipande, jumla mizani ni kumi na sita (16) kwa mishororo miwili ya kwanza katika ubeti huu, lakini Mshororo wa mwisho una mizani 8 katika kipande cha ukwapi na saba (7) katika kipande cha utao, jumla mizani (15) kumi na tano.

(b) 3 – 5 – 5 - =13

3 – 6 – 5 = 14 (kuonyesha)

3 – 5 – 5 = 13

Maelezo:

Mshororo wa kwanza na wa tatu una mizani mitatu (3) kila moja katika kipande cha ukwapi, mizani mitano (5) katika kipande cha utao na mizani mitano (5) katika kipande cha mwandamizi. Jumla ya mizani ni kumi na tatu (13). Lakini katika mshororo wa pili kipande cha kwanza (ukwapi) kina mizani mitatu (3) Katika utao (kipande cha pili) kuna jumla ya mizani sita (6) na katika mwandamizi mizani ni mitano (5).Kwa hivyo, jumla mizani katika mshororo huu ni kumi na nne. (14)

(c) 8 ,8 =16

8 ,8 = 16   (kuonyesha/ kutaja)

8

Ufafanuzi/ Maelezo:

Kipande cha kwanza kina mishororo minane (8), sawa na ilivyo katika kipande cha pili. Jumla ya mizani katika mshororo huu ni kumi na sita (8,8). Kimalizio kina kipande kimoja cha mizani nane (8).

(v) Vina (umoja: kina)

Vina ni mizani (silabi) inayofanana na inayopatikana mwishoni mwa kipande cha mshororo. Kuna vina vya kati (ndani) na vya mwisho (nje) katika mshororo hasa ikiwa mshororo huo una vipande viwili tu. Ingawa vina vinaandikwa mwishoni mwa kila kipande na kwa kila mshororo, kuna mashairi yasiyo na vina.Mashairi kama hayo hujulikana kama mashairi guni. Vina huandikwa kwa kurejelea ubeti mzima.

Mfano

Vuta nami nivu<u>te</u>, tulete kati<u>ba</u>,
Vuta Uhuru nivu<u>te</u>, upinzani ha<u>ba</u>,
Vuta Uhuru aju<u>te</u>, sitegemee ba<u>ba</u>,
Vuta katiba.

Mpangilio wa

<u>vina</u> te –ba
te   –
ba te–
ba ba

Kina cha kati ni /te/ na cha mwisho ni /ba/

(vi) Kituo

Huu ni mshororo wa mwisho katika kila ubeti. Ikiwa mshororo ni wa kurudiwarudiwa, basi litaitwa kibwagizo/mkarara/kipokeo/kiitikio.Ikiwa maneno katika mwisho wa kila ubeti yatakuwa yakibadilikabadilika kutoka ubeti hadi ubeti basi mshororo huo wa mwisho utaitwa kimalizio/ kiishio/ sabilia.

BAHARI ZA MASHAIRI

Neno bahari ni sawa na aina tofauti tofauti za mashairi.Bahari au aina ya mashairi zinaweza kuainishwa kutokana na vigezo/vipengele vifuatavyo.

(i)   Idadi ya mishororo katika kila ubeti wa shairi.
(ii)   Idadi ya mgao wa vipande katika kila mshororo wa ubeti
(iii)   Mpangilio wa maneno mwanzoni mwa kila mshororo katika ubeti.
(iv)   Mpangilio wa vina katika ubeti na katika shairi zima
(v)   Hali ya kiishilio cha shairi.
(vi)   Idadi ya mizani katika mshororo wa ubeti.
(vii)   Lengo au madhumuni ya mshairi.

(viii)   Muundo wa ubeti.
 (ix)   Majibizano.

(a) Bahari za mashairi kutegemea idadi ya mishororo

(1) Tathmina/ umoja:
Tathmina ni shairi lenye mshororo mmoja tu katika kila ubeti wake.
Aghalabu mshororo huo huwa ni msemo wa busara na hujitosheleza
kimaudhui. Mfano wa tathmina:
1. *Cha mvunguni mtaka, anamapo hukipata.*
2. *Hachoki mja kitaka, na kichoka keshapata.*
3. *Chochote mtu kitaka, tiba ya moyo tapata.*
4. *Kujua anayetaka, jua jua tampata.*
5. *Nasaba nyinyi mtaka, mwingi msiba tapata.*
6. *Kwa pupa anayetaka, hakuna analopata.*
7. *Janga mja humfika, na wa kwao talipata.*
8. *Na mauti tamfika, kwa tama kumpata.*
9. *Wavyele haya tamka, wa ya fisi kumsuta.*

(2) Tathnia/ uwili/ tathnitha/ tawali
Huwa na mishororo miwili katika kila ubeti. Mshororo wa kwanza hudokeza
wazo na wazo hilo hukamilika katika mshororo wa pili.
Mfano
1. *Wangu wa sitawa, silali sisoni, hamu humizuwa maini*
   Dawa waijuwa, hunipozi kwani, laua pendo jamani.

   ...., ..., ...,
   ...., ..., ...

(3) Tathlitha/ utatu/ wimbo
Hii ni bahari ya ushairi wenye mishororo mitatu katika kila ubeti. Kwa kawaida
mashairi ya aina hii, sawa na tathmina na tathnia, hayana kibwagizo.
Mfano 1
1. *Lipi la kutenda, kwa walimwengu, liwe jema?*
   Liwe ni kupanda, bila uchungu, na lawama,
   Niwe kama punda. Pasipo fungu, wala kima

2. Lipi liso inda, kwa walimwengu na lazima?
   Liwe la kuonda, kukupa Mungu, lisokwama,
   Laiti si winda, enyi nduzangu, Lau kama

……………., …………………..., …………………….,
…………….., …………………., …………………….,
…………….., …………………., …………………….

Mfano 2
   Tunda la elimu zote, wasema wanazuoni
   Ni kwamba mtu apate, kumtambua Manani
   Ndipo hadhi aipate, akumbukwe duniani.

……………………., …………………………..,
……………………., …………………………,
……………………., …………………………

(4) Tarbia/ unne/ shairi
Hili ni shairi lenye mishororo minne katika kila ubeti.Mashairi ya aina hii ndiyo maarufu zaidi katika uwanda wa utunzi wa mashairi. Kwa mujibu wa wanajadi (wanamapokeo), shairi ni tungo lolote lenye mishororo minne. Hata hivyo, matumizi ya neno shairi yalipanuliwa baadaye na kujumuisha tungo zote zinazotumia lugha ya mkato na kitaswira kuwasilisha ujumbe.

   Tarbia huwa na kibwagizo au kimalizio.
Huwa na vipande viwili katika mshororo wake.

   Huwa na mizani minane katika kila kipande, na jumla ya mizani kumi na sita (16) katika kila mshororo.

Mfano
   1.Sione ulichoshika, upande ule na huu,
   Sipokuwa kuzunguka, ukitafua ukuu,
   Ni Makuu unasaka, utavunika maguu,
   Siwanie kwenda juu, hata chini hujafika.

   2. Mpanda ngazi hushuka, kumubka usemi huu,
   Na pengine huanguka, asibukue nafuu,
   Mbonawe hujazinduka, mchana na mashekuu,
   Siwanie kwenda juu, hata chini hujafika.

3. Umaarufu wataka, ili uwe juu juu,
   Bali nilikumulika, hukwei hata chunguu,
   Kwenye ngazi taanguka, kwa kishindo chini
   puu, Siwanie kwenda juu, hata chini hujafika.

4. Ungetaka faidika, ujaze lako bunguu, Usiende
   kwa haraka, papara zina makuu, Chembe
   chembe huumuka, huleta tija shafuu, Siwanie
   kwenda juu, hata chini hujafika.

(5) **Takhmisa/ tahkamisa/ takhimisa/ wajiwaji/ utano**

Takhmisa ni shairi lenye mishororo mitano katika kila ubeti. Neno hili limetoholewa kutokana na neno la Kiarabu 'Takhmis' lenye maana ya 'kufanya kuwa tano'.

Mfano
Kumbuka ulivyozama, kijijana kidhalili,
Walia ulipoawa, kudhani watoka mbali,
Mama kakupa maziwa, ukajenga wako mwili,
Wendako hujakujuwa, wajifanyaje hujali,
        Mwana wacha ufidhuli.

Huna ulichokijuwa, zaidi kwingi kulia,
Wali ukiinuliwa, mwenyewe wajiharia,
Kunena hujaelewa, hutambuwi kwashiria,
Wali ukiangaliwa, mahitaji kukisia,
        Na leo wawaringia?

Madaraka ya kufanya, ukatae utumishi,
Si babu wala si nyanya, kabisa hakufundishi,
Ijapao wangakuonya, waona nitashwishi,
Maadamu leo wanya, kisha wapiga fulushi,
        Hilo mwana halitoshi.

Mzawiwa ni mzazi, hilo so la kusahau,
Kwamba kusoma hawezi, kwalo usimdharau,

14

Kumbuka wake ulezi, kukueleka kama dau,
Simuonye siku hizi, ungwandu wa malimau,
Ufashuka ja mnyau.

…………………………..., …………………………,
…………………………..., …………………………..,
…………………………..., …………………………..,
…………………………..., …………………………..,
……………………….....

(6)Tasdisa/ usita/ takhidisa/ tashilita/ sudusia

Ni mtungo wa kishairi wenye mishororo sita katika kila ubeti.

Mfano 1

Kuna ngano kemukemu, za kubuni na za kweli,
Nyinginezo migumu, kaumini bilikuli,
Hata hao watalamu, hawatoi tafsili,
Mwenye akili timamu, awazie jambo hili,
A pekeo mwandamu, alivyo yake asili,
Asili yake ni nini, uumba au tumbili.

Mfano 2

Ikinipasa kungoja, mpaka nijue vema,
Pasikvumbuke mmoja, kwa makosa kunisema,
Daima huatakuja, tukawa hivi daika,
Sitatenda neno moja, kwa kuchelea lawama,
Na jambo hili lafuja, hata kidogo so jema,
Mtenzi hahofu hoja, wala lawama ya nyuma.

(7) Tasadia

Ni shairi lenye mishororo saba katika kila ubeti. Pia huitwa usaba.

(8) Naudia

Naudia ni shairi lenye mishororo nane katika kila mshororo wake. Pia hujulikana kama unane. Tazama mfano huu wa shairi uliotungwa na Shaaban bin Robert:

Hapana chako na changu, hivi vyote ni shirika,
Mimi wako wewe wangu, kipi cha kugawanyika?
Kuungana walimwengu, ni neno lenye mwafaka,
Linapendeza kwa Mungu, pamoja na malaika,
Kukwambia nenda zangu, sithubutu kutamka,
Na kadhalika mwenzangu, sidhani hilo wataka,
Hutaki lina uchungu, na kwangu ni kadhalika,
Dunia ina mizungu, nikwambiayo kumbuka.

(9) Telemania

Ni shairi ambalo lina jumla ya mishororo tisa katika ubeti. Huitwa pia utisa.

(10) Ukumi

Huwa na mishororo kumi katika kila ubeti. Mashairi haya si maarufu kama zilivyo tarbia kwani ni vigumu kutunga.

(11) Hamziya

Ni shairi lenye mishororo thelathini katika kila ubeti. Utungo wa hamziya una ubeti ulio na mishororo miwili katika kila ubeti wake. Katika ubeti wa kwanza mishororo yote miwili huishia na **ma**. Tungo hizi hushughulikia aghalabu maudhui ya kidini.

Mbali na mashairi haya ambayo majina yake ni maarufu, kuna mengine ambayo hayakupata kupewa majina. Kuna washairi waliotunga mashairi ya mishororo kumi na mbili, kumi na nne na hata zaidi lakini hayakupewa majina.

(b) Bahari zinazotokana na mgao wa vipande

(i) Utenzi/ utendi

Hili ni shairi lenye kipande kimoja tu katika kila mshroro wa ubeti. Mbali na kuwa na kipande kimoja katika kila ubeti, utenzi una kina cha bahari. Pia kila mshororo huwa na mizani isiyozidi kumi na mbili.

Mfano 1
Mali ukishika
Ukitoa sadaka
Budi tatukuka

Kwa mola jalia

Mfano 2

1. Wana muniwiye radhi
 Nipate kuwakabidhi
 Ulio mwema waadhi
 Nitakaowaambia

2.Naomba mujitulize
  Kwa makini musikilize
  Napenda niwaeleze
  Kila mtu kuskia

3.Katu dhihaka sifanzi Ni
  waadhi wa mapenzi
  Kwenye nyota wanafunzi
  Wake na waume pia

4.Nataka kuwaeleza
  Tena kuwasisitiza
  Walimu kuwasikiliza
  Wanaotupa wasia

(ii) **Mathnawi/ Mathinawi**

Ni shairi ambalo limegawa vipande viwili katika mshororo wake, yaani ukwapi (kipande cha kwanza) na utao (kipande cha pili). Mfano:

Ukwapi	Utao
Mpenzi wangu Chiromo,	*nyonda wangu una nini?*
Vipi waiza kisomo,	*wataka uwe gizani?*
Hebu simamama kwa kimo,	*uhudhuriwe shuleni?*
Kila muiza kisomo,	*ajijengea ujinga.*
…………………………..,	……………………………
…………………………….,	………………………
…………………………….,	………………………
…………………………….,	………………………

(iii) Ukawafi/ Kawafi

Ni shairi ambalo limegawa katika vipande vitatu katika kila mshororo.

Jumla ya mizani aghalabu huwa kumi na sita katika kila mshororo. Mfano:

Ukwapi	Utao	Mwandamizi
Umelala,	*bado umelala,*	*hauamki Kwani?*
Una dhila,	*bado una dhila,*	*zitatoka lini?*
Pa kulala,	*bado pa kulala,*	*hujapabaini*
Na chakula,	*hata na chakula,*	*pi wakuhini*
	Si dunia ya kulala.	

(iv) Tumbuizo

Sawa na ukawafi, tumbuizo ni shairi ambalo limegawa vipande vitatu katika kila mshororo lakini katika bahari hii kila kipande kina mizani minane (8); kwa hivyo lina jumla ya mizani ishirini na minne (8,8,8= 24) katika kila mshororo wake.

Tazama mfano huu:

Ukwapi,	Utao,	Mwandamizi
Binadamu hatosheki,	*ni kiumbe chenye zani,*	*kweli mja hapendeki,*
Kwa kweli haaminiki,	*hila ameficha ndani,*	*la wazi ni unafiki,*
Ukweliwe haafiki,	*njama zake ni moyoni,*	*usimwone ni rafiki,*
Mtu kuwa na tamaa,	*akitaka kiso chake,*	*ni hatari kama nyoka.*

..................8, ...8, ...8,
..................8, ...8, ...8,
..................8, ...8, ...8,
..................8, ...8, ...8.

(v) Bantundi/ marbawi

Ni shairi ambalo limegawa vipande vinne katika kila mshororo wake, yaani ukwapi, utao, mwandamizi na ukingo.

Ukwapi	Utao	Mwandamizi	Ukingo
Ushairi jambo bora,	*hupitisha ujumbe,*	*japo ni kwa ufupisho,*	*ujumbe hueleweka,*
Ukifuata barabara,	*kule utafika kumbe,*	*utakuwa ukumbusho,*	*neno litakamilika,*
Walio pwani na bara,	*kalamu geuke jembe,*	*itakuwa hakikisho,*	*watu wataelimika.*

(c) Bahari kutokana na kigezo cha uradidi

Uradidi ni hali ya kujirudiarudia kwa jambo, lengo likiwa ni kusisitiza wazo au kuweka mkazo katika maana.

(i) Kikwamba

Hili ni shairi ambalo neno au maneno fulani hurudiwarudiwa mwanzoni mwa kila mshororo katika ubeti au mwanzo wa kila mshororo tangulizi katika kila ubeti. Kanuni hii hata hivyo haikibani kibwagizo au kimalizio- chaweza kuanza kwa neno tofauti.

Mfano 1
Fikiri lilo na dhara, ufikiri na la pendo
Fikiri lilo tohara, ufikiri na uvundo
Fikiri fikiri tendo, la amani na busara.

Fikiri sana dunia, ina mzuri mdundo
Fikiri sana yalioa, ina mzuri mshindo
Fikiri mwisho sikia, unapasuka msindo
Fikiri fikiri tendo, la amanai na busara.

Mfano 2
Tata zikishinda, hazitatuki,
Unalolitenda, halitendeki,
Jambo likivunda.

Tata zikiganda, haziganduki,
Utakapokwenda, zitakudhiki,
Moyo utadunda, kutaharuki,

Tata zikipinda, hazinyooki,
Zinapokutanda, hazibanduki,
Unayempenda, hakusadiki.

Tata hukuzinda, ukahiliki,
Zikakupa inda, ukahamaki,
Unaloliwinda, halipatiki.

Tata hakupenda, usidiriki,
Sana ukakonda, hutamaniki,
Ukavaa winda, kijikaniki.

Tata zikiwanda, husalimiki,
Huwa za kuponda, kitikitiki,
Ukawa wakinda, kiuzandiki.

Tata zikidinda, hutononoki,
Watafuta shinda, hulimiliki,
Ikawa waranda, huzuiliki.

(ii) **Pindu/ unyoka/ mkufu**

Asili ya neno hili ni 'pinda', maana yake mwendo wa zigizagi, mwendo mithili ya nyoka au wa kimawimbi. Ni mtindo wa kishairi ambayo kwayo neno au fungu la maneno katika kipande cha mwisho wa msitari wa mwisho kuchukuliwa kuanzia ubeti unaofuata. Mfano:

Ewe la azizi, uloniepuka
Kama mkimbizi, anavyotoroka,
Regea mpenzi, <u>bado nakutaka.</u>

<u>Bado nakutaka</u>, yako mazowea,
Nilivyokuwa nakutegemea,
Nilinawirika, <u>kwa njema afia</u>,

<u>Kwa njema afia</u>, nimenemeeka,
Nikategemea, kwa kunenepeka,
Umenikimbia, naona mashaka.

Muundo mwingine wa pindu ni ule ambapo mizani miwili katika neno lililo mwishoni mwa kipande kinachotangulia katika mshororo kufanywa kuwa neno tangulizi katika kipande kinachofuata. Mfano:

*Masomoni 'taji**kaza**, **kaza** Kamba nimesema,*

*Vitabu nita**beba**, **beba** kitafuta mema,*

*Mawazo tayapa**kata**, **kata** yote hadi pema.*

20

(d) Bahari kutokana na mpangilio wa vina

(i) Mtiririko

Hili ni shairi lenye vina vya kati na vya nje ambavyo havibadiliki katika shairi zima.Yaani vina vya kati huwa sawa katika kila mshororo kutoka ubeti wa kwanza hadi wa mwisho, vivyo hivyo vina vya nje. Lakini vina vya kituo vinaweza kuwa sawa au kuwa tofauti na mshororo mingine. Mifano:

MOYO NILIKUUSIA
Sienendi nikafik**a**, ndimi mwana njianji**a**,
Haliwi linaponyo**ka**, kila gwio nikigwi**a**,
Kupenda kuna masha**ka**, kila kucha nakimbi**a**,
Huba limenichachi**a**, sina budi kuteseka.

Kupenda asopende**ka**, ni kuimisha guni**a**,
Liso hata takata**ka**, ambalo mia kwa mi**a**,
Haliwi litaponyo**ka**, hata ukilizui**a**,
Huba limenichachi**a**, sina budi kuteseka.

Na huno wote waha**ka**, moyo nilikuusi**a**,
Kwa Zaburi na nyara**ka**, ila ukanipuzi**a**,
Kwa kuwa unalota**ka**, siezi kukuzui**a**,
Huba limenichachi**a**, sina budi kuteseka.

Pendo huwa ni masha**ka**, pande moja likivi**a**,
Aghalabu hubomo**ka**, mwili hukosa afi**a**,
Laiti penzi ni shu**ka**, mtu ningemuuzi**a**,
Huba limenichachi**a**, sina budi kuteseka.

Wasaalam muhiba**ka**, nakusafishia ni**a**,
Sitojipagaza sha**ka**, sifuri haiwi mi**a**,
Siku utaporidhi**ka**, rudi tafunguli**a**,
Huba limenichachi**a**, sina budi kuteseka.

TUWAMWE

Mimi nawe hijio**la**, tuwa**mwe,**
Sote viumbe wa Mo**la**, tuwa**mwe,**
Kwa ibada na kwa sala, tuwa**mwe.**

Ungaona pana i**la**, tuwa**mwe,**
Ya ukoo na makabi**la**, tuwa**mwe,**
Na mapato na ama**la**, tuwa**mwe.**

Na malengo mkaba**la**, tuwa**mwe,**
Sote humuomba Mo**la**, tuwa**mwe,**
Zifane zetu ama**la**, tuwa**mwe.**

Wanipigia sala**la**, tuwa**mwe,**
Kwa kuniona kabwe**la**, tuwa**mwe,**
Pilipili na masa**la**, tuwa**mwe.**

Kwa mavazi tukila**la**, tuwa**mwe,**
Na malazi tukila**la**, tuwa**mwe,**
Na hatima kwa jum**la**, tuwa**mwe.**

(ii) **Ukara**

Ni bahari ambayo kwayo vina vya ndani (ukwapi) vinaweza kuwa sawa (kuoana) katika shairi zima huku vina vya nje (utao)vikitofautiana tangu ubeti tangulizi hadi wa tamati. Aidha, vina vya ndani pia huweza kutofautiana kutoka ubeti hadi ubeti huku vya nje vikitiririka katika shairi zima. Mfano:

*Kalamu tungali nazo, usambe zimekati**ka**,*
*Tuyaonapo mauzo, kujibu hatuna sha**ka**,*
*Matumbo na mageuzo, si yenye kutuzungu**ka**,*
Mtego ulomshika, kesho utashikwa wewe.

*Kesho utashikwa wewe, mwenzio ulomshi**ka**,*
*Ghafula usijuwe, mtego umefyatu**ka**,*
*Na jina baya upewe, usitake ukita**ka**,*
Mtego ulomshika, kesho utashikwa wewe.

(iii) **Ukaraguni**

Hili ni shairi ambalo vina vyake vyote, yaani vya ukwapi, na utao vinabadilikabadilia kutoka ubeti mmoja hadi mwingine.Vina hivyo, hata hivyo, huoana [hufanana] kwa kurejelea ubeti husika. Mfano:

1. *Ninalia kwa uka**li**, kwani ni meyabisi**ka**,*
   *Anisikie baha**li**, azipunguze shabu**ka**,*
   *Alojaa uzoha**li**, apokonywe madara**ka**,*
   *Ambaye pia ni mwi**zi**, akijifanya mjanja.*

2. *Yeye lipewa kiwa**nja**, kizingatia hara**mu**,*
   *Mioyo ametuvu**nja**, ingawa tunajihi**mu**,*
   *Nafiki anatupu**nja**, huku akistaki**mu**,*
   Sifa zetu mezibanja, nje tusinanganike.

3. *Hachelewi kumta**ja**, Mungu aliyetu**mba**,*
   *Utamwona kipamba**ja**, ukadhani takupa**mba**,*
   *Lakini huyu kiro**ja**, hajaye ni kutuko**mba**,*
   Daima ya mparuzi, mjuzi wa utenguzi.

4. *Ninayo maombole**zi**, kazini ninanyanya**swa**,*
   *Ninataka magu**zi**, nipumzike kute**swa**,*
   *Niupata usingi**zi**, ja mtu anavyopa**swa**, Yeye*
   ana milioni, zaidi ya tatu nne.

5. *Mtu huyu ni nafi**ki,** simwone kikucheke**a**,*
   *Kamwe haa urafi**ki**, punde atakulipu**a**,*
   *Rohoye haistahi**ki**, anapenda kuone**a**,*
   Yenye ana milioni, zaidi ya tatu nne.

(iv) **Masivina (sukui)**

Neno *masivina* ni ufupi wa 'mashairi yasiyokuwa na urari wa vina'. Haya ni mashairi ambayo yanafuata urari (usawa) wa mizani lakini hayana urari wa vina. Tazama mfano ufuatao:

23

1. *Salamu naanza mimi, niwajuvye walimwengu,*
   Muyatege masikiyo, uneni pate lipuka,
   Pia mutiye manani, asitani musipuze, Kina
   matapeli ndugu, hutokea kama jozi.

2. *Wanaoitwa matapeli, hao watu walaghai,*
   Wanapopato unalo, kukupoka hutamani,
   Wataja kufanya zuzu, japo wewe mashuhuri,
   Kina matapeli ndugu, hutokea kama jozi.

3. *Taja jaye mfadhili, kukuauni kutaka,*
   La ajabu keshajua, ya kwako yanok,utasa
   Takonea imaniye, budi kumwani huna,
   Kina matapeli ndugu, utokea kama njozi.

4. *Ndugu na wakakupanga, kumbe ni ndugu*
   bandia, Ya ulimi takulisha, rohoyo kuridhisha,
   Nawe tapata msiri, ya moyoni funulia, Kina
   matapeli ndugu, hutokea kama njozi.

5. *Kama kinyonga wataja, mpate afikiana,*
   Ulimi tawa laini, mithiliye malaika,
   Nawe toana ni mwema, wake mfano hapana,
   Kina matapeli ndugu, hutokea kama njozi

6. *Ama taja kama chui, walovaa ya kondoo,*
   Machoyo tafumba ndi, hatimaye takunyoa,
   Nawe punde kilevuka, hayupo kisha yoyoma,
   Kina matapeli ndugu, hutokea kama njozi.

(v) **Shairi guni**

Ni shairi la Kiswahili ambalo halina urari wa mizani wala urari wa vina.

(e) Hali ya kiishilio (kibwagizo na kimalizio)

(i) **Msuko**

Ni shairi lenye kituo (kibwagizo, kimalizio) kifupi kikilinganishwa na mishororo mingine katika ubeti. Kibwagizo / kimalizio kinaweza kuwa fupi kwa kuwa na kipande kimoja ilhali mishororo mingine ina vipande viwili au zaidi au kwa kuwa na mizani michache ikilinganishwa na mishororo mingine. kwa mfano (8,8),(8,8), (8,8), (8).

Mfano 1

1. *Umeanguka, inuka, simamama kama*
   mnazi, Umechunika, inuka, tia dawa kwa
   ujuzi, Sasa inuka, inuka, kijana ianze kazi,
   'Sikate tamaa.

2. *Usife tama, nyanyuka, ni muweza wa kutenda,*
   Kuna hadaa, nyanyuka, anza tena kujipinda,
   Dunia baa, nyanyuka, anza tena kujiunda,
   'Sikate tamaa.

3. *Sivunje moyo, dunia hivyo itakunyanyasa,*
   Futa kiliyo, dunia, hiyo idhibiti sasa,
   Ipe kamiyo, dunia, kamwe siache kufusa,
   'Sikate tamaa.

4. *Una nguvu, simama, wewe upambanie nao,*
   Una werevu, simama, uzepuke njama zao
   Usiche kovu, simama, ujifunze vumilio,
   'Sikate tamaa.

   ...., ...,
   ...., ...,
   ...., ...,
   ....

Mfano 2

Siwe ulosema jana,ya kuwa u mashuhuri,
Ya kuwa wajua sana,aidha huna kiburi,
Nchini wajulikana,mwanasiasa mahiri,
Bungeni tukuajiri?

(ii) Kibwagizo

Ni maneno yaliyoko katika msitari wa mwisho wa ubeti wa shairi na ambao hurudiwarudiwa katika kila mwisho wa ubeti wa shairi hilo. Pia hujulikana kama mkarara au kiitikio. Mfano:

MWAKISU

1.Mwakisu hailaliki, kunguni wameshtadi,
  Tena hawamithiliki, wenda wale warudi,
  Hung'ata hawashikiki, na muwasho ulozidi,
  Mwakisu yake inadi, nahiari tangalachi.

2.Kucha mimi sipepesi, nasongana na
  jihadi, Silali ila kiasi, mnadi swala anadi,
  Nimeota uyabisi, ukwasu yangu shahidi,
  Mwakisu yake inadi, nahiari tangalachi.

3.Si kitanda hicho ndwele, nimechoka nacho
  hadi, Kitandwe vipi milele, na mtandaji stadi,
  Kukicha tazama chale, mavune na mijeledi,
  Mwakisu yake inadi, nahiari tangalachi.

Baadhi ya wachanganuzi na watunzi na wa kileo wanapendekeza kuwa kibwagizo kiwe ni mshororo unaorudiwarudiwa, bila kuzingatia mahala inapotokea, yaani kinaweza kuwa mwanzo, katikati au mwisho wa ubeti, muradi tu kiwe kinarudiwarudiwa.

(iii) Kimalizio

Ni maneno yaliyoko katika mshororo wa mwisho wa ubeti wa shairi na ambao hubadilikabadilika katika kila mwisho wa ubeti wa shairi hilo. Pia hujulikana kama sabilia.Tazama huu mfano:

KUTAKASWA SI ADHABU

1. Kisu chema ni makali,
   Hukata kikakakaka, mkato ukakatika,
   Kishapo kupata butu, hurejeshwa noleoni,
   Kisu ukosapo tupa, tanuri hatima yako.

2. Maji mema ni usafi, na macho kupendezewa,
   Chujio yakipitia, mtungini hutuwama,
   Chembe mbii chujikoni, nyengine huzama chini,
   Ela ukikosa moto, sikunywe una balaa.

(f) Bahari ya shairi kwa mujibu wa idadi ya mizani

(i) Kikai

Ni mbinu ya utunzi wa mashairi ambapo idadi ya mizani katika kipande kimoja ni michache kuliko kingine.Kuna mikondo kadha katika bahari hii ya kikai.Kuna mkondo wa mizani sita kwa sita (6,6), nne kwa 8 (4,8), tano kwa nane (5,8), nane kwa tano (8,5) au nane kwa sita (8,6).

Mfano 1
1. *Hatushindiki mekoni, ukweliyani,*(8,5)
   Eh bwana wacha ubishi, na ushindani,
   Waswahili mafatashi, uandazini Huuoni
   ule moshi, toka jikoni,

Mfano 2
Wanitangaza fulani, una umbo gani,(8,6)
Wenda ja bata majini, nakutema chini,
Una damu ya kunguni, takufanyiani?
Takusema.

(ii) Tumbuizo

Hili ni shairi la kuburudisha. Hata lugha yake hutumiwa mahsusi kutoa burudani.

Lina mizani za 8-8-8, yaani kila mshororo limegawa vipande vitatu huku kila kipande kikiwa na jumla ya mizani nane. Kila mshororo una jumla ya mizani 24.

(iii) **Ukawafi/ Kawafi**

Ni shairi ambalo limegawa vipande vitatu, yaani ukwapi, utao na mwandamizi. Mizani yake ni michache ikilinganishwa na tumbuizo ambalo lina idadi kama hiyo ya vipande lakini mizani ni ishirini na nne.

(iv) **Utenzi/ tendi**

Ni shairi lenye beti nyingi lakini lenye sifa ya kuwa na kina kimoja tu. Mizani aghalabu ni 8 katika kila ubeti. Hata hivyo kuna mikondo ya tenzi zenye mizani 4, 6, na hata 12.

(g) Bahari zinazotokana na madhumuni ya mwandishi

(i) **Zivindo**

Zivindo ni utunzi unaotumiwa kufunza lugha, aghalabu kwa kutoa maana tofauti tofauti ya neno au sentensi.

(ii) **Msemele**

Hili ni shairi linaloelezea kitu au jambo kwa kutumia mafumbo na kumtaka mshairi mwenye ujuzi kulifumbua kishairi. Fumbo huweza kuwa kitendawili, chemshabongo, misemo, methali. Msingi wa msemele ni fumbo.

(iii) **Taabili**

Ni shairi la kuomboleza kifo cha mtu fulani na kumsifu mwenda zake. Hutolewa mazishini au muda fulani baada ya mazishi. Mfano:

Nyabuto umejitenga, kufa umetangulia
Kama ua umefunga, baada ya kuchanua
Nakuomba mwanga, peponi kikubaliwa
Mapenzi tuliyofunga, hapana wa kufungua.

Majozi hayananeki, kila nikumbukia,
Nawaza kile na hiki, naona kama ruia

Mauti sijfsadiki, kuwa mwisho wa dunia
Mapenzi tuliyofunga, hapana wa kufungua

Nimemaliza kutunga, kwa kukuombeya dua
Vumbi tena likiunga, roho likirudisha
Mauti yakijitenga, mapenzi yatarejea
Mapenzi tuliyofunga, hapana wa kufngua.

(iv) **Kifunguanyama**

Ni shairi lililo na fumbo na linataka mtu ajibu aseme ni kitu gani kilichofumbwa.

Akishindwa kufumbua atoe mji ndipo mfumbaji akiupenda mji wenyewe atoe jibu.

(v) **Togoo**

Ni shairi la kusifia uzuri wa mtu, kitu au mahali.

(vi) **Kasida**

Ni mashairi ya kidini ya kumsifu Mwenyezi Mungu.

(vii) **Ushairi burudishi / burushi**

Ni shairi ambayo lengo lake ni kuburudisha na kufurahisha.

(viii) **Tiyahi fatiha**

Ni bahari ya ushairi wa kidini wa kuomba toba. Ni utungo wenye mishororo tisa (9) katika kila ubeti ambao una vina vya kati na vya mwisho.

(ix) **Kumbukizi**

Ni shairi la kuwakumbusha watu matukio maalumu katika jamii kama vile ya kihistoria

(h) Bahari kutokana na kigezo cha muundo

(i) **Pindu**

Ni shairi ambalo kipande cha utao (kipande cha pili) wa mshororo wa mwisho katika ubeti husika kutumiwa kama kianzilio cha ubeti unaofuata. Aidha, neno la mwisho tu laweza kutumiwa kuanzia ubeti unaofuata.

(ii) Mandhuma

Ni aina ya ushairi ambalo huwa na sehemu mbili, sehemu ya kwanza huwa ni swali na sehemu ya pili ni jibu.Wakati mwingine sehemu ya kwanza huweza kuwa na wazo na sehemu ya pili kuwa na msisitizo wa wazo husika au ufafanuzi.

(iii) Sakarani

Ni mbinu ya utunzi ambapo aina au bahari mbalimbali za mashairi hufululizwa katika shairi moja. Mfano:

Zitavuma,
Zitakoma, } Utenzi/ utendi
Nitakwima,

Mti-mle
Na muda nikisimama,
Nitatongoa nudhuma, } Utenzi/ utendi
Kwa tenzi zilizo njema
Najisifu mti-mle

Mti nishainuka, namea kuwa mzima,
Mizizi yadidimia, ardhini imeuma,
Nanena kitarabia, tungo zilizo adhama, } Tarbia/ unne
Japo ni tungo za zama, Mti-Mle hutumia.

Zingavuma zitapusa, pepo kali zitakoma,
Dharuba kinitikisa, Mti-mle huinama,
Huyumba nikaziasa, matawi yakakingama, } Takhmisa/ utano
Gharika ikishapusa, hurudi nikawa wima
Na tungo za takhimisa, Mti- mle huzipima.

(ii) Ngonjera

Haya ni mashairi ya majibizano yanayohusisha wahusika wawili au zaidi. Hufuata mpangilio wa kitamthilia.

(i) Bahari kutokana na mtindo wa majibizano

(i) Malumbano

Neno hili latokana na neno 'lumbana' lililo na maana ya "jibizana kwa lengo la kugombana". Malumbano ni shairi ambayo kwayo washairi wawili au zaidi huzua ubishi, ugomvi au purukushani ya namna fulani, unaoendelezwa kupitia mashairi kwa kujibizana.

(ii) Ngonjera

Hii bahari pia hujulikana kama shairi tamthilia. Ina sifa ya kuwa na wahusika ambao hushiriki kujibizana. Majina ya wanaojibizana hutambuliwa kwa kuandikwa pambizoni, kama ilivyo katika tamthilia. Majibizano hufanyika kizamu.

Mfano

Baba: *Mwana nenda ukasome, hepihepi takuhuni,*
Wenzio mama siseme, wamechupia vyuoni.

Mama: *Chuoni hapana raha, mabuku yanichafua,*
Moyo wangu umehaha, kusudilo sijajua.

(iii) Dura Mandhuma / mandhuma

Ni bahari ya ushairi ambapo kipande cha kwanza (ukwapi) huuliza swali na jibu kutolewa katika kipande cha pili (utao) wa mshororo huo huo au ukwapi kuzua swala ambalo hufafanuliwa katika utao. Mfano:

Swali   /   Jibu

Tata zikishinda,   hazitatuki
Unalolitenda,   halitendeki,
Jambo likivunda,   haliongoki.

Tata zikiganda,   haziganduki,
Utakapokwenda,   zitakudhiki,
Moyo utafunda,   kutaharuki

Tata zikipinda,   hazinyooki,
Zinapokutanda,   hazibanduki,

31

Unayempenda,   hakusadiki.

Tata hukuzinda, ukahiliki,
Zikakupa inda,   ukahamaki,
Unaloliwinda,   halipatiki.

Tata hukupanda, usidiriki,
Sana ukakonda, hutamaniki,
Ukavaa winda,   kijikaniki.

Tata zikiwanda, husalimiki,
Huwa zakuponda, kitikitiki,
Ukawa wakinda, kiuzandiki.

Tata zikidinda,   hutononoki,
Watafuta shinda, hulimiliki,
Ukawa waranda, huzuiliki.

(iv) **Msemele**

Hili ni shairi linaloelezea kitu au jambo kwa kutumia mafumbo na kumtaka mshairi mwenyewe kulifumbua kishairi.Fumbo huweza kuwa kitendawili, misemo, chemshabongo na kadhalika. Msingi wa msemele ni fumbo husika wala sio majibizano mengine yasiyohusiana na fumbo husika.

MASHAIRI HURU (MAVUE/ MAPINGITI/ ZOHALI)

Haya ni mashairi ya kileo katika uwanja huu wa kishairi na yanaendelezwa na wanamapinduzi (au wanausasa). Mshairi haya hayafuati sheria /arudhi nyingi za kimuundo, kama vile, idadi ya mishororo, idadi ya mizani katika mshororo, kuwepo na vipande katika mshororo, vina kuwa na mtiririko fulani au kituo au kibwagizo kuwepo katika mwisho wa ubeti.Wao huzingatia dhamira na maudhui, mpangilio wa beti, kutumia lugha ya kishairi katika utunzi, na kuwepo mishororo isiyokuwa na mpangilio maalumu.Watunzi wa mashairi haya huitwa wanamapinduzi, yaani, wanaoleta mageuzi katika uwanja wa mashairi.

Wanamapinduzi hudai kuwa kilicho muhimu kwa mshairi ni kuwasilisha ujumbe tu. Kwao, kiini cha shairi ni kugusa hisia za hadhira-hisia za furaha,huzuni,mapenzi na chuki,za huruma na kadhalika.

Watunzi wengi wa mashairi huru hupenda kuyatunga wakitumia jazanda na hivi humhitaji msomaji asome na kufumbua fumbo analofumba msanii. Mbali na kuyafumba, mengi hujaa taharuki na taswira mbalimbali. Lugha nyepesi au nzito yenta mnato hutumiwa pia.

Hali hii ya usanii ndio huyafanya mashairi huru kuvutia yanaposomwa. Shairi huru si refu kama vile utenzi bali lina urefu wa wastani kama ule wa shairi la arudhi.

Ingawa msanii wa shairi huru amekataa kuwa mtumwa wa kufuata kanuni za arudhi, yeye hutumia mbinu za lugha kufikisha ujumbe wake. Jambo la muhimu kwake ni kuwasilisha ujumbe tu. Ujumbe wake unapofika, yeye huridhika mno. Shairi lifuatalo linaeleza kwa muhtasari hisia za mshairi mwanamapinduzi kuhusu arudhi au sheria za utunzi unaozingatiwa na wanamapinduzi:

ARUDHI
1
Kina, cha nini kina?
Kina,sitaki kina-iwapo
chalazimishwa: La kije kwa hiari,
Kilingane na pumzi,
Zitazonifanya kuzamia kwenye vina kuogelea!

2

Mizani, kwa nini mizani?
Mizani, sitaki mizani, iwapo sina cha
    kupima: Ila kwa mazito mawazo,
     Un'elemee mzomzo,
     Unijie kwa dhamiri
Itakayonipelekea, kutingisha sawiya maudhui na fani:

3

Urari, wa nini?
Urari, sitaki urari-iwapo ni
    kubambia; Ila uje kwenye
    mistari, Uchukue takriri

> *Uone na hisia,*
> *Zitakazoumua umbo li'so mshazari!*

4

> *Ubeti, kwa nini ubeti?*
> *Ubeti, sitaki-iwapo utashururutishwa:*
> > *Ila ujenge nudhumu ya hiari*
> > *Ing'ae kama johari,*
> > *Imara il'osadifia,*
> *Itakayoimbika kwa ari kutoka kila ubeti*

5

> *Muwala, kwa nini muwala?*
> *Muwala, sitaki muwala, iwapo hauji kwa*
> > *wenyewe: Ila uje kwa lazima,*
> > *kariha il'o njema,*
> > *Inivae,inikae kwa hamu,*
> *Itakayofanya: muwala utiririke hadi hatima!*

Mishata na mistari mikamilifu

Mashairi huru yana aina mbili kuu za mistari: mishata na mistari toshelezi. Mishata ni mistari ambayo haikamiliki; inabidi msomaji asome msitariunaofuata ili kuielewa maana inayokusudiwa. Hata hivyo, mshairi ana uhuru wa kutumia mistari mikamilifu atakapo.

UHURU WA KISHAIRI (IDHINI YA MSHAIRI)

Uhuru wa kishairi ni ile idhini au ruhusa aliyonayo mshairi wa kutumia lugha bila ya kuzingatia kanuni za sarufi. Kuna vipengele muhimu vya kuzingatia ili kubainisha uhuru wa mshairi.Vipengele hivi ni pamoja na:

(a) Matumizi ya hati za lugha nyinginezo

Huu ni uhuru wa kutumia hati (herufi zinazotumika katika uandishi wa lugha fulani) kutoka lugha nyingine na ambazo hazipo katika abjadi ya Kiswahili. Aghalabu sauti /q/, na /kh/ kutoka lugha ya Kiarabu hutumiwa katika utunzi wa mashairi.

(b) Inkisari

Hii ni hali ya kufupisha maneno. Mtunzi wa shairi ana uhuru wa kufupisha maneno ili kuweka urari wa mizani au vina katika mshororo. Neno lililofupisha huwa na silabi chache ukilinganisha na silabi za neno hilo likiandikwa sahihi kisarufi. Mfano:

Sivunjwe moyo, dunia hiyo, itakunyanyasa
Futa kiliyo, dunia hiyo, idhibiti sasa
Ipe kamiyo, dunia kamwe siache kufusa.
'Sikate tamaa.

Neno liliofupishwa   Neno sahihi
 (i) Si/vu/njwe………………U/si/vu/njwe
     1 2 3   1 2 3 4 = silabi 4
(ii)' Si/ka/te…………………U/si/ka/te
     1 2 3   1 2 3 4

(iii) Si/a/che…………………U si a che
     1 2 3   1 2 3 4

(c) **Ritifaa**

Ritifaa ni hali au uhuru wa ufupishaji wa neno au maneno kwa kutumia alama ya ung'ong'o, dhamira likiwa ni kutosheleza mizani.Kwa mfano, huenda mshairi akaandika 'meuliwa badala ya ameuliwa na kwa njia hii kuweza kutosheleza idadi ya mizani alivyotaka.

(d) **Mazida/ mazda**

Hii ni hali ya kurefusha neno au maneno kwa minajili ya kutosheleza mizani au vina.

Neno lililorefushwa huwa na mizanizaidi ukilinganisha na likiandikwa sahihi.

  Mifano
Kingawaaje maridhawa, kitukufu kwa thamani,
Ni hali yenye usawa, maisha kisitawani,
Moyo unachotowa, tajiri na maskini,
Kipendacho moyo dawa, pofu huitwa kengeza.

Neno lililorefushwa   Neno sahihi
Ki/nga/wa/a/je/………………I/nga/wa/je
1 2 3 4 5   1 2 3 4
Ki/si/ta/wa/ni…………………… Ku/s/ta/wi
1 2 3 4 5   1 2 3 4

(e) Tabdila

Hii ni hali ya kubadilisha sauti katika neno. Hudhamiriwa kuleta urari wa vina na mdundo katika shairi.

Mfano 1

Shika <u>nikuelezato</u>, au utakula ngwamba

Siji tu paramoto, watafuta kuwa kimba

Subiri uruke mto, Pita pasi kumchemba

Usimtukane mamba, nawe huaruka mto.

<u>Tabdila</u>	<u>Neno sahihi</u>
Nikuelezato	Nikuelezacho
Unachotowa	Unachotoa

Mfano 2

Elimu ni kama mali, haichoshi kutamani

Ni bora yashinda mali, taji la <u>wanazuoni</u>

Elimu njema <u>miali</u>, iangazayo gizani.

<u>Neno</u>	<u>Kisahihi</u>
Miali	Miale
Wanazuoni	Wanachuoni

(f) Utohozi/ Uswahilishaji

Mshairi ana uhuru kutohoa au kuswahilisha maneno visivyo. Yaani kufanya neno la lugha nyingine kutamkika na hata kuandikika Kiswahili huku neno hilo halijakubalika kutumika kisarufi. Mfano:

Kinywa chako mwenyewe, kikikusifu

fulani, Ni kheri sifa upawe, na wengine

planetini, Sifa nyingi upaliwe, zijae hadi

pomoni, Mwenyewe wajisifu.

Neno *planetini* limetoholewa kutoka kwa neno la Kiingereza *planet* kwa maana ya sayari.Bila shaka mwandishi hapa anarejelea sayari anamoishi binadamu, dunia.

(g) Kuboronga sarufi (kufinyanga lugha)

Hali hii ni pale mshairi huharibu mpangilio sahihi wa maneno katika sentensi aghalabu kwa madhumuni ya kutosheleza vina. Mshairi hupanga maneno katika mshororo anavyotaka. Mfano:

Nisemayo tekeleza, yashike kwa idhibati
Wema wako tengeneza, kuwa kila hali na dhati
Umoja kitu cha kwanza, washinda hata yakuti
Lipende taifa lako, kisha ulitumike
Nisemayo tekeleza baada ya yatekeleze niyasemayo
Wema wako tengeneza - Tengeneza wema wako.
Umoja kitu cha kwanza - Kitu cha kwanza ni umoja.
Toa mifano na kuandika kisahihi

(h) Lahaja

Hali ya kutumia maneno ya lahaja za Kiswahili kulingana na watamkavyo wakazi wa jamii fulani ziongeazo Kiswahili kisicho sanifu kama huko Mvita (Mombasa), Mrima (Tanga), Amu (Lamu). Mfano:

Neno Sahihi Nikwima

– nikisimama

(i) Lugha ya kale/ kikae

Hii ni hali ya kutumia maneno ya Kiswahili cha kale. Maneno yenyewe hayatumiki sana katika kuzungumza na maandishi ya kisasa isipokuwa katika ushairi. Mfano:

Papia huokota, ambani zinduria,
Munyu, na mafuta, vinapatikana
Faidha yaleta, kwa kila ya jani.

Neno	Maana
Munyu	Chumvi

(j) Kuasi arudhi

Mshairi ana uhuru wa kuasi arudhi zote kama ilivyo katika mashairi huru. (Mashairi ya arudhi ni yale yanayozingatia mpangilio wa maneno, silabi, vina na mizani. Ni ruwaza ya mdundo, mapigo ya sauti katika utunzi wa ushairi).

MATUMIZI YA LUGHA NA TAMATHALI ZA USEMI

(1) Methali
Methali ni muhtasari wa maneno ambayo hutumiwa na jamii-lugha kuwasilisha itikadi zao.Ni kauli fupi ambazo hutoa ukweli fulani wenye lengo la kuusia, kuonya, kufundisha, kutoa hukumu, kufahamisha. Mifano:
Chema hakidumu - kitu kizuri hakina maisha marefu.
Ukweli ukidhiri, uongo hujitenga - ukweli una nguvu kuliko uongo.

(2) Takriri / uradidi
Ni kule kuradidiradidi au kurudiarudia neno lile lile au maneno yale yale ili kutilia mkazo au msisitizo zaidi juu ya jambo lisemwalo.

(3) Nidaa
Katika nidaa, hisia fulani huonyeshwa; hisi za mshtuko, mlio, mshangao, furaha, huzuni, uchungu, hasira, chuki umpatapo mtu kuonyesha hisia zake za ndani.

(4) Kinaya
Ni usemi wenye maana kinyume na yanayosemwa; ni hali iliyo kinyume na matarajio. Mfano:

N'nani huyu alojikunyata kwa baridi, jotoni,
Alosimama mpweke , kati ya insi, hadharani,
Dunia ameitenda nini,
Au ametendani duniani,
Hata akaandaliwa kiza hiki cha milele,
Kiza cha kaburini.

(5) Kijembe
Ni usemi ambao kwao mhusika humsema yule mwingine. Hunuiwa kubeza au kukashifu.

(6) Kuchanganya ndimi (tadmini)
Hii ni mbinu ya kuchanganya maneno ya kigeni naya lugha kuu ambayo

38

imetumiwa katika kazi fulani. Ikiwa lugha kuu ni Kiswahili na mhusika atumie lugha ngeni na Kiswahili atakuwa amechanganya ndimi.

(7) Tanakali za sauti

Maana yake ni vile sauti inavyosikika,inavyotamkika. Ni vile kitendo kinavyotendeka na vile sauti inavyolingana na kitendo au vile kinavyoonekana.

(8) Mbinu rejeshi / kisengerenyuma

Hii ni mbinu ya kimuundo ambayo kwayo msimulizi humrejesha msomaji nyuma kuangazia matukio ambayo yalitukia kabla ya tendo linalosimuliwa sasa, na ambayo yanahusiana na tendo linalosimuliwa sasa.

(9) Uswahilishaji

Haya ni maneno ya lugha ngeni ambayo yameandikwa kama ya Kiswahili na kupewa matumizi yaleyale.Mifano:

Motaboti -*motor boat*

Gavana - *governor*

Kaunti - *county*

Seneta – se*nator*

Bajeti – *budget*

Hundir – *hundi*

Mvinyo – *mvinho*

(10) Taashira/ ishara

Hii ni tamathali ya usemi ambapo kitu kimoja kikitajwa tu huashiria kujua kitu kingine. Mifano:

Kushika tama –kuhuzunika

Tutakuwa mchanga –tutakuwa tumekufa

(11) Tashtiti

Ni mbinu ambayo kwayo mhusika hutilia mkazo jambo kwa kuchagiza kwa njia ya kukera anayeambiwa. Mfano:

Sasa wewe ni dume!

Dume wa kumpiga mke,

Badala ya kumpa mahitaji

yake, Dume kwa wanawake!

(12) Taharuki

Ni kule kumpa mtu hamu ya kutaka kujua jambo litakalofuatia.

(13) Tabaini

Hii ni aina ya tamathali ya msisitizo lakini msisitizo huu hujitokeza kwa mtindo wa kinyume. Tabaini huonyeshwa kwa matumizi ya 'si' ya kukanusha.Mifano:

> *Si hayati, si mamati Si*
> *mgonjwa, si mzima*
> *Si miduko hiyo, si matusi hayo.*

(14) Tanakali za lafudhi/ lugha ya kimazingira

Ni matamshi ya maneno kama yanavyotamkwa katika eneo dogo fulani.Mifano:

> *Sasa veve kenda vapi?* – Unakwenda wapi?
> *Sisi watu wa para hatuchui...* – Sisi watu wa (kutoka) bara hatujui....

(15) Siyahi

Hii ni mbinu ambapo mhusika hutoa kilio cha kuomboleza au kusikitika kutokana na yaliyo moyoni au yanayompata.

(16) Kejeli/ stihizai/ dhihaka /kebehi

Ni usemi wenye dharau iliyofichika.Mfano:

> *Unajifanya stadi wa densi, haya,twaa kumbi zote za*
> *ngoma, Kisumu nzima umeachiwa!*

(17) Tasfida/ tafsida /usafidi

Haya ni matumizi ya maneno ya lugha ya adabu yanayoficha hisia mbaya. Kutafsidi ni kule kutengeneza, kusafisha na kutakasa.Kwa hivyo, mambo yasiyopendeza hayatamkwi waziwazi hadharani,hutajwa kwa lugha ya siri bila kuchukiza aukuchafua moyo. Mfano :

> *Kwapani kitia begi, na viatu chuchumia,*
> *Kama walovishwa sogi, mbele wakikutupia,*
> *Huyasukuma mabogi, tamthili ya suria,*
> *Muungwana hutulia, kuwaangalia wakenda.*

Mabogi hapa yanarejelea matako au makalio.

(18) **Balagha/ mubalagha**

Hii ni mbinu ya kuuliza swali ambalo jawabu lake linabainika na kueleweka na

muulizaji. Ni swali lisilohitaji jibu kwani jibu lake linabainika wazi. Mfano:
Ni mimi nilioko hapa? Kweli, ni mimi!

(19) **Chuku/ udamisi/ iblagh /chukwu**

Kutumia chuku ni kutia chumvi katika uelezaji wa jambo fulani
kimakusudi.Nia huwa ni kukashifu, kuchekesha, kudunisha au kukuza kwa
ajili ya kusisitiza jambo au tabia fulani.

(20) **Majazi**

Ni mbinu ya kumpa mhusika, mahali au kitu jina linalofanana na tabia au
baadhi ya Sifa zake. Mfano:
Katu alikataa katu kumrithisha Nunda.

(21) **Tashbihi(a) / mshabaha**

Hii ni mbinu ya kulinganisha kwa kutumia maneno ya kulinganishia kama
'mithili ya', 'mfano wa','vile', 'ja', 'kama' na kadhalika. Mfano:

Siwe tulokuinua, mabegani kama mwari,
Tungawatwamelewa, waume tukaasiri,
Kamba tukikuchagua, mema kwetu yatajiri,
Tukaketi kusubiri?

(22) **Tashihisi/ uhuishi /uhaishaji**

Tamathali hii ya usemi huvipa vitu visivyo na uhai sifa za binadamu
na hivyo hufanya kama binadamu. Mfano:

Mimi dau masikini,
Gogo ndo yangu asili,
Uniwekapo majini,
Kutozama si muhali,
Huelea baharini, Pigo
hustahimili.

Dau ambacho ni chombo cha majini' kinazungumza' kikielezea asili yake!

(23) **Nahau**

Nahau ni fungu la maneno lenye maana maalumu isiyotokana na maana za kawaida

za maneno hayo. Mifano:

> *Kapigwa fagio la chuma*-kufutwa kazi kikatili *Kuwa*
>
> *na mkono wa birika* - kuwa mchoyo au bahili.

(24) **Istiara/ sitiari**

Hii ni mbinu ya kulinganisha moja kwa moja bila ya kutumia vilinganishi vya tashbihi(a). Mfano:

> *Dunia ina fanaka, mwenzenu nimeshakoma,*
>
> *Dunia hino hakika, yafaa mtu kupima,*
>
> *Au utazirika, utalia kama ngoma,*
>
> *Yakata mbele na nyuma, <u>dunia ni msumeno.</u>*

Dunia inalinganishwa moja kwa moja na msumeno japo haina meno.

(25) **Jazanda**

Ni picha ya kimaelezo au kimafumbo iliyojificha; hutoa maelezo ya kitu kuwakilisha kingine. Mfano:

> *Chiriku nikupendae, ndege nilokuamini,*
>
> *Nawe usinikimbie, tanitia mashakani,*
>
> *Ulilonalo nambie, kilokuudhi ni nini?*
>
> *Chiriku umejitenga, kunitia mashakani.*
>
> *Chiriku leo waruka, wenda tua mti gani?*
>
> *Ghafula umenitoka, watezateza angani,*
>
> *Natamani kukushika, lakini uko angani,*
>
> *Chiriku umejitenga, kunitia mashakani.*

Mwandishi wa shairi hili alimwita mpenzi wake *Chiriku.*

(26) **Litifati**

Ni mbinu ambapo mhusika hurudia maneno yaliyosemwa na mwenzake hasa kwa kusibabi au kufanyia stihizai au mzaha.

(27) **Tanakuzi**

Tamathali hii msingi wake ni kutumia maneno au mawazo yanayopingana ili kuleta msisitizo. Mifano:

Sote tumeumbwa na Mungu, mkubwa au mdogo.

Aliyekupa wewe kiti ndiye aliyenipa mimi kumbi.

Kwa Mungu hakuna kubwa, humfufua maiti na akamuua aliye hai.

(28) Karaha

Mbinu ambapo mhusika husema kwa hisia kali, au kumdharau anayesema naye.

(29) Taswira

Taswira ni picha ambazo hujengwa kutokana na maelezo ya sitiari au tashbiha. Unaposoma kazi yoyote ile au unaposikiza maelezo bila shaka kuna picha inayojichora kwenye akili yako. Picha hiyo inajulikana kama taswira.

(30) Misemo

Misemo ni semi ambazo zinabeba ukweli wa kijumla. Hutumiwa kuelezea mambo mbalimbali yanayokubali ukweli huo.Misemo hutumiwa kutoa ujumbe kwa muhtasari. Mifano:
Faya kun faya – liwalo na liwe
Bukrata wa ashiya – asubuhi na
jioni. *Mkono wa birika* – bahili.
Mkojo wa Firauni – pombe.

(31) Tauria

Tauria ni mchezo wa maneno. Hutumiwa ili kupanua maana ya kile kisemwacho au kuongeza utamu wa lugha. Aghalabu hutumia maneno yenye umbile moja na maana tofauti. Mfano:
Owa utukuze cheo, na jina lipate kuwa, Owa
upate mkeo, aambiwe 'meolewa Owa kama
waoawo, moyo usiliye ngowa, Owa ujuwe
kukuwa, mupendane na mukeo.   .

(32) Ritifaa

Hii ni ile hali ya kuongea na mtu au kitu kisichokuwapo, ambacho huhisika tu au hufikiriwa tu kuwa kipo. Hutumiwa kutoa hisia za ndani au za kisaikolojia za mhusika. Mfano:

Mama Nanjakululu,
Najua unanisikiza,
Tupiganie na kutuombea,

Huko uliko,
Ugonjwa utuepuke,
Daima dawamu.

(33) **Ulinganuzi**

Ni mbinu ambapo mwandishi hulinganisha na kulinganua matukio au hali mbili ili alete tofauti au mkinzano wa kimawazo, kidhana au kihali.

(34) **Kuhamisha msimbo**

Ni mbinu ya kutumia sentensi kamilifu ya lugha ngeni katika muktadha wa lugha ile ile.Kwa mfano: Unaenda wapi leo? You are very smart today.

(35) **Kuchanganya msimbo**

Hii ni ile hali ambapo mzungumzaji hutumia sarufi ya lugha nyingine katika mazungumzo. Kwa mfano: Uta*come*?....ameenda *shopping* mjini.

(36) **Ucheshi**

Huu ni mtindo unaotumiwa na mwandishi ili kuzua kicheko kwa msomaji. Ucheshi ni tabia ya kuwa mchangamfu kwa watu; kutokuwa msununu. Wasanii hutumia ucheshi katika kazi zao za fasihi kuzichekesha hadhira zao au walau kuzifanya hadhira hizo zitabasamu.

(37) **Togoo**

Ni mbinu ambapo mwandishi husifu kitu fulani au tukio fulani. Kwa mfano: AFC Gor, AFC Gor kipenzi changu, AFC Gor lulu ya kandanda nchini Kenya.

(38) **Ukweli kinzani**

Ni mbinu ya kuleta mawazo au maono mbalimbali yanayogongana na kuhitilafiana. Hufanya mvutano wa kimawazo yanapounganishwa katika sentensi. Mfano:

Wewe ni mweupe na Mzungu, mimi ni mweusi na
Mwafrika, Utamaduni wetu hauwezi kuwa sawa.

(39 **Tashdidi**

Ukariri au msisitizo wa maneno yanayosemwa au kuandikwa kwa kurefusha konsonanti, tia shada katika neno kwa mfano hassa badala ya hasa.

(40) Lakabu/ msimbo

Lakabu ni jina ambalo anabandikwa mtu au linabandikwa mahali kulingana na sifa, umbo au tabia yake. Mtu huweza pia kujibandika jina. Lakabu pia ni jina la kiistiari na huwa na majukumu sawa ya kisanaa na yale ya majazi.

(41) Taniaba

Msingi wa neno hili ni 'kwa niaba ya'. Hapa, kitu, hali au jambo fulani hutumiwa kuwakilisha kitu, au jambo jingine. Kutaja neno linalotajwa kama taniaba hukupa dhana ya kinachowakilishwa na kitu hicho. Kwa mfano, *buibui* ni taniaba ya mwanamke Mwislamu, *msalaba* ni taniaba ya dini la Kikristu.

(42) Inadi/ tashtiti

Ni hali ya kumwambia mtu jambo asilolipenda kusudi likiwa ni kumkasirisha.

(43) Tanzia

Haya ni maneno yanayotumiwa kuelezea hali ya masikitiko. Hutumiwa palipo na msiba, huzuni au kwa jumla hali ya kusikitikiwa.

MBINU ZA KISANII

Mbinu za kisanii katika utanzu wa ushairi unajumuisha idhini au uhuru wa mwandishi kutumia lugha apendavyo. Mbinu hizo ni pamoja na inkisari, tabdila, ritifaa, mazida, kikale / kikale, lahaja.

(1) Inkisari

Ni mbinu ya kupunguza mizani katika neno kwa madhumuni ya kutosheleza vina au mizani katika kipande cha mshororo.

(2) Tabdila

Ni mbinu ambayo kwayo mwandishi hubadili umbo la neno lakini bila kuathiri idadi ya mizani. Huweza kutumiwa kwa lengo la kutosheleza vina.

(3) Ritifaa

Kama ilivyo inkisari, mbinu hii hutumiwa kwa madhumuni ya kufupisha neno katika harakati za kutosheleza vina au mizani. Tofauti ni kuwa katika ritifaa ufupishaji huko hufanywa kwa kutumia alama ya ritifaa/ung'ong'o. Alama hii hutumiwa kuonyesha kuwa kuna silabi iliyoachwa katika maandishi.

(4) Mazida

Mazida ni mbinu ya kuzidisha silabi katika neno. Lengo hasa huwa ni kutafuta urari au usawa wa mizani au vina katika kipande au mshororo wa ubeti.

(5) Kikae / kikale

Ni matumizi ya lugha ya zamani sasa, lugha ambayo matumizi yake ni nadra sana katika ulimwengu wa leo. Ni maneno ambayo hayatumiki tena katika lugha sanifu.

(6) Lahaja

Ni matumizi ya kilafudhi ambapo maneno hutamkwa kulingana na watamkavyo wakazi wa jamii fulani ziongeazo Kiswahii kisicho sanifu. Mifano ya lahaja za Kiswahili ni Kiamu (Lamu), Kimvita (Mombasa), Kimrima (Tanga), Kipemba (Kisiwa cha Pemba), Kiunguja (Kisiwa cha Unguja / Zanzibari), Kingwana (Jamhuri ya Kidemokrasia ya Kongo), Kingazija (Visiwa vya Ngazija / Komoro). Mengine ni Chichifundi (Pwani ya kaskazini mwa Kenya na Kusini mwa Somalia), Kingozi, Kimtang'ata. Lahaja ya Kiunguja ndicho lahaja rasmi ya lugha ya Kiswahili.

UCHAMBUZI WA MASHAIRI

Kulichambua shairi hakuhitaji ujuzi wa kipekee bali uzingativu na umakinifu wa kulisoma, kulielewa na kueleza yanayoonekana shahiri dhahiri (umbo au muundo) na yanayozungumziwa, yaani maudhui na yaliyofanikisha kutoa ujumbe na kulifanya shairi kuwa la kuvutia yaani matumizi ya lugha na tamathali za usemi.

Maudhui

Ni jumla ya mambo, mawazo, mafundisho na ujumbe unaowasilishwa na mshairi kwa hadhira (wasikillzaji au wasomaji) yake. Ni kiini cha ushairi. Maudhui katika shairi hutokana na jamii ya mwandishi wala si kutokana na ombwe tupu, yaani mambo ambayo ni ya kidhahanifu na yasiyotokana na mazingira fulani. Jambo ambalo ataamua kuliandikia ndilo ambalo huitwa maudhui.

Dhamira

Dhamira nayo ni lengo au kiini la mshairi anapotunga shairi lake. Mwandishi anaweza kuandika kwa lengo la kuonya, kuadhibu, kukosoa, kutahadharisha, kuelimisha, kuhimiza kuhusiana na jambo fulani na kadhalika. Pengine watunzi wengine huandika kwa madhumuni ya kujigamba, kuchekesha, kutumbuiza au hata kuliwaza.

Mtindo

Mtindo huelezea mbinu za utunzi kama vile matumizi ya lugha na tamathali za usemi kwa mfano, matumizi ya methali, tashbihi, utohozi, lahaja, takriri, chuku na kadhalika.

Tasnifu/ falsafa

Tasnifu ni yale mawazo au maelezo anayoyatoa mwandishi kuhusu maudhui yake. Ikiwa msanii anazungumzia swala la ufisadi, itadhihirika kuwa analipinga vikali kulingana na vile anadhihirisha madhara yake.

Fani

Hivi ni vipengee vinavyodhihirisha ufundi wa kisanaa katika shairi.
Mambo haya yanashughulikiwa katika fani:
- -Je, mtunzi anatumia tamathali gani za usemi?
- -Je, shairi hilo lina muundo wa aina gani?
- -Je, shairi hili lina muundo au umbo la aina gani? -
- Je, ni shairi la arudhi au ni shairi huru (mavue) ?
- -Je, kuna matumizi gani ya lugha ambayo ni ya kipekee? -
- Je, msamiati wa shairi ni mgumu au mwepesi?
- - Ikiwa ni shairi la arudhi, lina sifa gani, lina mishororo mingapi, beti ngapi, vina vipi?

Umbo

Katika ushairi, umbo hutumiwa kueleza sura ya nje ya utungo wa shairi. Umbo la shairi inarejelea : -aina ya shairi (tathlitha, tarbia, takhmisa, tashilita, tasadia na kadhalika).

Bahari yake (pindu, kikwamba, sakarani, kikai na kadhalika). Idadi ya beti.
Kituo (kibagizo au kimalizio)
Idadi ya mizani katika kila mshororo. Mpangilio wa mizani.
Mpangilio wa vina.

Muundo

Muundo wa mashairi kwa upande mwingine hutumiwa kueleza sura ya nje kama inavyojitokeza katika umbo na sura ya ndani ya shairi. Muundo ni sura ya utungo kama linavyoonekana au kusikika kutokana na midundo ya mapigo yake.

Muundo wa ndani wa shairi unazingatia haya:- Kiini cha ubeti au shairi zima.

- Dhamira ya mtunzi wa shairi.
- Maudhui.
- Funzo au mafunzo kwa msomaji au kwa jamii.
- Mshikamano wa mawazo kutoka ubeti hadi ubeti.
- Lugha aliyotumia mwandishi hususan mafumbo, taswira na jazanda, sajili iliyotumika, lugha ya kikae (Kiswahili cha kale)
- Muwala (mtiririko wa mawazo kutoka ubeti mmoja hadi mwingine)

Hivyo, tunaweza kusema kuwa muundo ni jumla ya fani na maudhui katika shairi.

Lugha ya nathari/ Lugha tutumbi/ Lugha ya mjazo

Nathari ni maandishi ya moja kwa moja, maandishi ya mfululizo; maandishi ya kawaida, maandishi ya Kiswahili sanifu. Mwandishi anapoandika utungo wa kishairi kwa lugha ya nathari, hatakikani kuzingatia mpangilio wa kishairi; yaani lugha ya mkato, idadi ya mishororo, kuwepo vipande, mizani na vina, bali anapaswhubadilisha maandishi ya kishairi yawe lugha ya kawaida pasipo kujibana kishairi.

Kanuni za kuzingatia

  (i)   Ubeti mmoja huandikwa katika aya moja tu.
 (ii)   Beti zikiwa mbili aya huwa mbili, lakini ikiwa wazo ni moja, aya huwa moja.
(iii)   Mishororo inageuzwa na kuwa sentensi zilizokamilika kisarufi.
 (iv)   Mishororo miwili au zaidi inaweza kuunganishwa kuunda sentensi moja.
  (v)   Kuna uwezekano wa ubeti mzima kuwa sentensi moja.
 (vi)   Maneno yanayorudiwa au kipande kinachorudiwarudiwa huandikwa mara moja tu. Hutanguliwa kwa: Mwandishi anasisitiza kuwa...............
(vii)   Kibwagizo/ mkarara/ kiitikio huandikwa mara moja mtu.
(viii) Kibwagizo kinaweza kufanywa utangulizi/ kutangulia katika aya au kuhitimisha aya.
 (ix)   Maneno ya kawaida yatumiwe, badala ya yale ya kishairi.
  (x)   Sentensi ziwe katika Kiswahili sanifu kisarufi na kitahajia na zifululizwe vizuri ili kudumisha maana ya ubeti.
 (xi)   Tanguliza aya kwa maneno: Mwandishi/ mshairi anasema kuwa.....................

Mfano 1

Nguo chini zishusheni, mwili mzipanue
Heri kuingia deni, za heshima mnunue
Kuigiza a kigeni, ni utumwa mtambue
Mavazi rekebisheni, usherati umezidi.

Lugha ya nathari (nakala ya jaribio)

 (i) Wanawake wanatahadharisha kuvalia nguo ndefu zinazositiri miili yao.
(ii) Ikiwa mtu hana pesa za kununua nguo hizi za heshima anaweza kukopa au kujiingiza deni.
(iii) Ni muhimu kutambua kuwa kuiga mavazi ya kigeni (nguo fupi) ni utumwa.
(iv) Watu lazima warekebishe mavazi yao, kwani uasherati umezidi.

Nakala rasmi

Mwandishi anawashauri wanawake kuvalia nguo ndefu zinazosetitiri miili yao na kwamba ikiwa mtu hana pesa za kununulia nguo hizi za heshima basi anaweza kukopa awe na deni.Anasema kuwa kuigiza mavazi ya kigeni kama kuvalia nguo fupi ni kujiingiza kwenye utumwa.Anasema vilevile kuwa watu lazima warekebishe mavazi yao kwani uasherati umekita.

Utoshelezi

Ama kwa kweli, hii si mbinu ya utunzi bali ni hali ya kila mshororo na kila ubeti kuwa na maana kamili. Maneno ya mshororo mmoja wa shairi yanapaswa kueleweka bila kutegemea yale ya mistari mingine. Kwa mfano:

> *Hodi hapa ofisini, muhitaji nimekuja,*
> *Nimekuja na imani, kuwa nia yangu moja,*
> *Afisa tanithamini, usikize yangu haja,*
> *Bwana mimi nina haja.*

Kila mshororo wa ubeti huo una maana yake mahsusi inayokubaliana na nyingine katika ubeti. Hali hii huitwa utoshelezi.

Anwani / kichwa

Tumia kibwagizo kama shairi lina kibwagizo. Aidha, elewa ujumbe halafu anwani inayoafiki ujumbe huu. Kichwa kiwe neno moja , ikizidi sana matatu.Aidha, ikiwa shairi ni la bahari ya kikwamba linalokaririwa kutoka ubeti hadi mwingine, unaweza kulifanya neno hilo kuwa kichwa cha shairi husika.

Toni au tuni ya mshairi

Mtunzi anapolitunga shairi huteua maneno yatakayoweza kuelezea na kuwakilisha hisia zake kuhusu ujumbe huo. Shairi lake likiimbwa au kukaririwa hadharani litasikikaje? Je, litalitadhihirisha hisia za furaha au huzuni? Ama ni za uchungu wa moyoni, ghadhabu, kero, hasira, ucheshi au dhihaka/ kejeli.

Toni ya shairi inafungamana kwa kiasi kikubwa na ujumbe unaoelezewa na dhamira ya mtunzi katika shairi. Kwa hiyo, shairi linalozungumzia dhuluma au maonevu aghalabu huwa na toni ya ghadhabu, huruma au hamaki. Vilevile, shairi linalozumzia utawala usiofaa huwa na toni ya dhihaka au kejeli.

Mtunzi huweza kubadilisha toni katika shairi moja kama vile kutoka huruma hadi hamaki, au ucheshi hadi uchungu, kutegemea dhamira yake kwa wasomaji au wasikilizaji.

Sifa za mashairi

Sifa za mashairi hutegemea aina ya shairi. Ikiwa, kwa mfano, ni shairi la tathlitha basi litakuwa na sifa kama: kuwa ni mishororo mitatu katika kila ubeti, halina kibwagizo, jumla ya mizani ni 48 katika kila ubeti (16 kila mshororo). Wa aidha, utenzi nao halijagawa vipande, lina mizani michache na vina ni hivyo vya mwisho tu.

Mashairi huru kama ilivyo desturi hayazingatii arudhi: hayana kibwagizo, hayana mishororo mikamilifu kiujumbe bali mishata, hayana kibwagizo. Kwa kukosa idadi kamili ya mishata katika kila ubeti, basi mashairi haya hayawezi kuwa ni ya aina hii au ile. Isitoshe, shairi huru haliibui sura maalumu. Huandikwa na mshairi apendavyo, bora apitishe ujumbe. Kwa hivyo, mashairi huru hayawezi kutambulishwa na bahari yoyote. Ikumbukwe kuwa shairi huru halina urari wowote wa vina. Panapotokea kuonekana kuwa vipo, ni sadfa tu bali sio kukusudiwa na mshairi.

Wahusika

Wahusika ni viumbe wanaotumiwa na msanii kuwasilisha ujumbe wake. Aghalabu, wahusika katika utanzu wa ushairi si wengi. Huweza kuwa mmoja, yaani msemaji au wachache sana kama ilivyo katika ngonjera au wimbo. Mshairi huwatumia wahusika wake kuwasilisha ujumbe wake.

Nafsineni

Ina maana ya nafsi inayonena, yaani ni sauti inayomsemeza msomaji kutoka kwenye shairi. Mshairi anaweza kutunga shairi akitumia sauti yake mwenyewe au sauti ya mhusika anayelengwa kwenye shairi husika.

Uhuru wa mshairi / idhini ya mshairi

Idhini ya mshairi ni pamoja na inkisari (kufupisha), ritifaa (kufupisha kwa kutumia alama ya ung'ong'o), mazida (kurefusha ili kutosheleza mizani au vina), kuboronga lugha au kufinyanga sarufi, kikale (kutumia msamiati uliotumika zamani na ambao hautumiki wakati wa leo, (kwa mfano *kugwa* kwa maana ya kuanguka, *nyuni* kwa maana ya ndege mnyama,), utohozi (kuhamisha neno kutoka asilia yake bila kulibadilisha bali kwa kulipa matumizi yale yale katika mazingira mapya), tabdila (kubadili muundo wa neno bila kuathiri idadi ya mizani, kwa mfano, *ingiya* badala ya ingia, *chaguwa* badala ya chagua, *maono* badala ya maoni, *maoni* badala ya maono), matumizi ya lahaja kwa mfano, *ndia* badala ya njia), matumizi ya hati za lugha nyinginezo kama vile *q*, *x*, *kh*. Aidha, mshairi wa kileo ana uhuru wa kutozingatia kanuni za utunzi wa kimapokeo.

MASWALI NA MAJIBU

1. Soma shairi lifuatalo kisha ujibu maswali.

KIPIMO NI KIPI?

1. Nitampa nani, sauti yangu ya
   dhati, Kwa kipimo gani, ingawa
   kiwe katiti, Amefanya nin, la
   kuleta umati, Kipimo ni kipi?

2. Yupi wa maani, asosita katikati,
   Alo na maoni, yasojua gatigati,
   Atazame chini, kwa kila ule
   wakati, Kipimo ni kipi?

3. Alo mazalendo, atambuaye
   shuruti Asiye mafundo, asojua
   mangiriti Anoshika pendo, hata
   katika mauti, Kipimo ni kipi?

4. Kipimo ni kipi? Changu mimi kudhibiti,
   Utu uko wapi, ni wapi unapoketi,
   Nje kwa Mkwapi, au ndani kwa
   Buheti, Kipimo ni kipi?

MASWALI / MAJIBU

(a) Eleza umbo la shairi hili (alama 4)

Shairi hili ni la tarbia kwa sababu lina mishororo minne katika kila ubeti.

Ni la ukara kwa sababu vina vya kati (ukwapi) vinabadilikabadilika lakini vina vya nje (utao) vinaoana/vinafanana.

Ni la kikai kwa sababu limegawa vipande viwili na jumla ya mizani ni 14 (6,8) Ni la msuko kwa sababu kibwagizo chake kimefupishwa.

Lina jumla ya ubeti nne (4).

(b) Taja tamathali moja ya usemi na kuieleza kisha utoe mfano wake kutoka kwa shairi.(alama 3)

Balagha: Swali ambalo jibu lake ni bayana – kipimo ni kipi?

Tashihisi: Kukipa kitu kisicho na uhai sifa za kilicho na uhai-Maoni yasojua gatigati(ub.2), utu uko wapi ni wapi wnapoketi?

Msemo: Fungu la maneno lililo na maana fiche.

Atazame chini (ub. 2)

(c) Mshairi ana uhuru wa uandishi anapotunga shairi. Taja ueleze mifano yoyote miwili ya matumizi ya uhuru huo kisha utolee mifano kabambe. (alama 5)

Inkisari: Nikufupisha neno ili kupata urari wa vina au mizani. Mfano: Asosita (ub.2) – asiyesita

Alo(ub.2) – aliye Yasojua

(ub.3) – yasiojua

Anoshika (ub.3) – anayeshika.

Tabdila: Ni kubadili sauti ya neno ili kupata kina lakini pasipo kuathiri mizani. Mfano – maani (ub.2) – maana.

(d) Andika ubeti wa tatu kwa lugha nathari. (alama 4)

Aliye mzalendo ni apendaye nchi yake na kufuata sheira zake. Ni asiyechukia watu wala kudanganya, au yule ashikaye pendo hadi kifoni. Atajulikanaje au atapimwaje?

(e) Eleza msamiati ufuatao kama ulivyotumiwa katika ushairi. (alama 4)

(i) Katiti (ub.1)
   Kidogo
(ii) Gatigati (ub.2)
   Ubaguzi/ upendeleo
(iii) Shuruti (ub.3)
   Lazima
(iv) Mangiriti (ub. 3)
   Mambo ya kuhadaa/ uongo.

2. Soma shairi lifuatalo kisha ujibu maswali yanayofuata.

HAKI YANGU 'TAIDAI

1. Haki ya mtu thawabu, kudai sitasita,
   Hata nipatishe tabu, muhali mumi kukita,
   Kulitenda la wajibu, liwe hai au mata,
   Nitafanya majaribu, na inapobidi matata,
   Haki yangu 'taidai, hata iwe ni kwa vita.

2. Haki ya mtu u'ngwana, siseme mimi
   nateta, Sitaukiri ubwana, na jeuri unoleta,
   Na ikiwa ni kuwana, sitajali sitajuta,
   Sikiri kuoneana, na kupakana mafuata
   Haki yangu 'taidai, hata iwe ni kwa vita.

3. Haki ifukie chini, ipige na kuibuta,
   Tumbukize baharini, 'tazamia kuifuata,
   Ukaifiche jangwani, nitakwenda kuileta,
   Hundike milimani, nitawana kuipata
   Haki yangu 'taidai, hata iwe ni kwa vita.

4. Hati ijengee ngome, izungushie na kuta,
   Na fususi isimame, iwe inapitapita, Tainuka
   nishikame, haki yangu kukamata,
   Sifa   kubwa   mwanamme,   kwenenda   huku
   wasota, Haki yangu 'taidai, hata iwe ni kwa vita.

5. Ungwana siuuzi, kwa njugu au kashata,
   Ahadi za upuuzi, na rai kuitaita,
   Kwa kila alo maize, hawi mithili ya bata,
   Tope yake makaazi, na chakula cha kunata,
   Haki yangu 'taidai, hata iwe ni kwa vita.

MASWALI / MAJIBU

(a) Toa   kichwa   kinachofaa   shairi   hili.

 (alama 1) Nitadai haki yangu

 (b) Eleza kwa ufupi maudhui ya shairi hili (alama 4)

 Mtunzi anasema kuwa atadai haki yake hatea kwa

 vita Atatetea haki yake hata kwa kugombana.

Ataifuata haki yake popote ilipofichwa. Haki yake ataipata hata kama imejengewa
ngome na kushungushwa kuta. Anasema kuwa hatuza heshima au haki
yake kwa vitu duni.

(c) Eleza umbo la shairi hili. (alama 5)

 Ni la takhimisa kwa sababu Ina mishororo mitano katika kila
ubeti Jumla ya mizani ni 16 (8,8) kila mshororo.

 Ni la ukara: Vina vya kati vinatofautiana lakini vya nje vinatiririka kuanzia
ubeti wa kwanza hadi wa mwisho.

Limegawa vipande viwili- ukwapi na utao

 Lina kibwagizo "Haki yangu 'taidai, hata iwe ni kwa
vita Jumla ya beti ni tano.

(d) Ni nini maana ya 'sikiri kuoneana na kupakana mafuta?' (alama 2)

 Sikubali kuonewa/kunyanyaswa/kudhulumiwa na kudanganywa.

(e) Eleza maana ya maneno yafuatayo kama yalivotumika katika shairi. (alama 4)

 (i) Muhali (ub.1) – lazima

 (ii) Mata (ub. 1) – iliyokufa

 (iii) Kuibuta (ub.3) – Kupiga kwa nguvu na kulia

 (iv) Fususi (ub. 4) – Kundi la askari/wanajeshi

(f) Mshairi ana uhuru wa kurefusha au kufupisha maneno ili kuleta urari wa mizani na vina.

(i) Toa mfano wa mbinu ya kufupisha bila kutumia ritifaa (alama ya ung'ong'o) (4) mifano:

Nateta (ub.1) – ninateta

Nipatishe (ub.1) – unipatishe

Siseme (ub.2) – usisema

Jeuri(ub.2) – ujeuri

Mbinu hii ya ufupisho wa maneno kwa minajili ya kutosheleza vina au mizani hujulikana kama inkisari.

(ii) Toa mfano wa mbinu ya kurefusha. Mbinu hii yaitwaje? Mifano: Kwenenda (ub.4) kwenda

Mbinu hii huitwa mazida/ mazda.

Ritifaa ni utaratibu wa kufupisha neno kwa kutumia alama ya ung'ong'o .

Mfano: U'ngwana (ub.) uungwana

'taidai – nitaidai.

3. Soma shairi lifuatalo kisha ujibu maswali.

UKUBWA JAA

1

Dunia yetu dunia, watu wanakufitini,

Dunia huna udhia, waja wanakulaani,

Dunia huna hatia, wabebeshwa kila <u>zani,</u>

Dunia unaonewa, umetenda kosa gani?

2

Dunia umenyamaza, umetua kwa makini,

Dunia vitu 'mejaza, watu wanataka nini?

Dunia wanakucheza, binadamu <u>maliuni,</u>

Dunia unonewa, umetenda kosa gani?

3

Dunia mtu akose, hukutia mdomoni,

Dunia hebu waase, hao watu mafatani,

Dunia chuki mpuse, muipate afueni,

Duni unaonewa, unatenda kosa gani?

4

Dunia una lawama, za uongo si yakini,

Dunia wanokusema, ni manjunju si razini,

Dunia huna hasama, waja ndio kisirani,

Dunia unaonewa, umetenda kosa gani?

5

Dunia kuharibika, hayo amezusha nan?

Dunia watu humaka, hao wano kuhini,

Dunia umejazika, kila tunu ya thamani,

Dunia unaonewa, umetenda kosa gani?

6

Dunia unatukisha, bwererebila undani,

Dunia unatukosha, maji tele baharini,

Dunia unaotesha, mimea tosha shambani,

Dunia unaonewa, umetenda kosa gani?

7

Dunia huageuka, tangu umbwe na Manani,

Dunia watu ndo nyoka, mahaini na wahuni,

Dunia una baraka, mwenye pupa hazioni,

Dunia huna ubaya, wabaya ni insani.

MASWALI / MAJIBU

(a) Shairi hili ni la bahari gani? Toa sababu. (alama2)

 (i) <u>Tarbia</u> – Lina mishororo minne katika kila ubeti.

 (ii) <u>Kikwamba</u>- Neno 'dunia' linarudia mwanzoni mwa kila mshororo.

 (iii) <u>Mathnawi</u> – Lina vipande viwili katika kila mshororo.

 (iv) <u>Ukara</u>– Vina vya ndani (kati) vinabadilikabadilika kutoka ubeti hadi mwingine,
   lakini vina vya nje ni sawa - ni

                          -ni

                          -ni <u>vinatiririka / vinaoana/ vinasawiana</u> -ni

(b) Eleza umbo la shairi hili. (alama 4)

   (i)   Shairi hili lina jumla ya beti saba.

   (ii)   Kila ubeti una mishororo minne (tarbia).

   (iii)   Kila mshororo una vipande viwili – ukwapi na utao (mathnawi)

   (iv)   Kila mshororo una mizani kumi na sita (8 -8 = 16)

(v) Vina vya kati vinabadilika kutoka ubeti hadi mwingine lakini vina vya mwisho vinafanana (ukara).

(vi) Lina kibwagizo ''Dunia unaonewa, umetenda kosa gani?'' ambacho kinabadilika ubeti wa mwisho na kuwa, ''Dunia huna ubaya, wabaya ni insani.''

(c) Ni uhuru gani wa kishairi aliotumia mtunzi? (alama 4)

(i) <u>Kubananga/Kuboronga sarufi</u>
Dunia unaonewa, umetenda kosa gani?- Dunia umetenda kosa gani kuonewa? Dunia kuharibika, hayo amezusha nani? – Dunia hayo yaliyoharibika yamezushwa na nani?

(ii) <u>Inkisari</u>
Wanakucheza – wanakuchezea.

Umbwe – uumbwe

Ndo – ndio

(iii) <u>Tabdila</u>
Waase –

waache. (iv) <u>Ritifaa</u>
Msanii ameandika 'mejaza badala ya umejaza ili kutosheleza mizani katika kipande husika.

(d) Eleza sifa tatu za wanadamu kama anavyoeleza mshairi. (alama 3)

(i) Binadamu hawapendi kulaumiwa.

(ii) Watu wana kisirani

(iii) Ni wahuni, wahaini

(iv) Ni waongo.

(e) Kwa kurejelea mifano kutoka shairi, taja mbinu mbili za lugha za zilizotumia na mtunzi. (alama 2)

(i) <u>Takiriri</u> - Neno 'dunia' limerudiwa, pia kibwagizo- Dunia umeonewa, Utaendeka kosa gani?

(ii) <u>Tashihisi</u> – Dunia inazungumziwa na kuombwa itoe mawaidha kana kwamba dunia ni binadamu.

(iii) <u>Istiara</u> - Dunia watu ndo nyoka- binadamu kwa uovu wao wamelinganishwa na nyoka.

(f) Andika ubeti wa tatu kwa lugha ya nathari.(alama 3)
Mwandishi analalama kuwa mtu akikosa huwa anailaumu dunia kwa makosa yake. Dunia inaambiwa kuachana na hawa wafitini na kuwapuuzilia mbali ili ipate nafuu. Anauliza dunia limetenda kosa gani kuonewa jinsi hii.

(g) Eleza maana ya maneno haya kama yalivyotumika katika shairi.

(alama 2)

(i) Zani - Ovu/baya/balaa/mzigo/shida/dhiki/lawama
(ii) Maliuni – wabaya/wafitini/wahuni

4. Soma shairi lifuatalo kisha ujibu maswali.

NAZI VUTA N'KUVUTE

1

ANITA: Ndugu ulo mnazini, wananitafuta balaa
      Nakwambiya, shuka tini, katakata
      wakataa Wafanya ni masikani,
      mustarehe mekaa Utashuka au la?

2

KIDI: Ndugu tini ya manazi, nilo juu nakujibu
      Haya ni ya upuuzi, elewa wako
      wajibu, Kushuka tini siwezi, pasi
      kujuwa sababu Hilo ndo langu jawabu

3

ANITA: Sababu ya kukuambiya, ya kwamba
      ushuke tini Ni kuwa nataka kweya, huko
      juu mnazini Kwa ajili nami piya, nitunde
      nazi mwendani Nishakweleza kwa nini.

4

KIDI: Hayo ni ya kutesha, unambiyayo ndu
      yangu Wataka niteremsha, juu ya mnazi
      wangu? Wanistaajabisha, kuniamuru
      kwa uchungu Una kisha mwenzangu?

MASWALI / MAJIBU

(a) Fafanua bahari tatu kuu za shairi hili.   (alama 3)
 (i)   Ngonjera-lina wahusika-Anita na Kidi.
 (ii) Msuko – kiishio kimefupishwa.
(iii) Ukaraguni-Vina vinabadilika kutoka ubeti hadi ubeti.
(iv) Tarbia– mishororo minne katika kila ubeti.
(b) Onyesha namna mshairi alivyofaulu katika kutumia uhuru wa kishairi katika utunzi huu.(alama 4)
 (i)   <u>Inkisari:</u> Ulo - uliye

58

Ni - nini

Mekaa - nimekaa

Nilo - niliye Pasi -

pasipo Ndu –

ndugu

Nakwambiya – Ninakwaambia

Nishakweleza – Nimeshakweleza

Unambiyayo – uniambiayo

Ndo – ndiyo

(ii) <u>Tabdila:</u> Nakwambiya – Ninakuambia

Kukuambiya – Kukuambia

Kweya –Kwea

Piya – pia

(iii) <u>Lahaja:</u> Tini –chini

Kishaa- kichaa

(iv) <u>Kuboronga sarufi:</u> Katakata wakataa - wakataa katakata.

(b) Ni nini dhamira ya mwandishi wa shairi hili? (alama 3)

Linaonyesha namna walio madarakani hawataki kuwapa wengine

nafasi ya kuyapata

madaraka hayo.

(c) Andika ubeti wa tatu kwa lugha ya nathari.(alama 4)

Anita anamtaka Kidi ashuke chini ili naye apate nafasi ya kupanda juu

(madarakani) au (mnazini ili naye apate nafasi ya kujitajirisha (kutunda)

Hii ndiyo sababu kuu amemweleza.

(d) Fafanua maana ya " una kishaa mwenzangu?" (alama 2)

Kidi anamwona Anita kama mtu aliye na kichaa kwa kumtaka ang'atuke madarakani.

(e) Kwa nini Anita anamtaka Kidi atoke mnazini?   (alama 1)

Ili naye apate nafasi ya kutunda (kujitajirisha) kwa kuukwea mnazi.

(f) Toa maana ya maneno yafuatayo kama yaliyotumika katika shairi (alama 3)

(i) Tini - Chini

(ii) Mnazi - Madaraka au cheo

(iii) Kishaa - Kichaa/akili punguani/wendawazimu.

5. Soma shairi lifuatalo kisha ujibu maswali yanayofuata.

MKULIMA

1.Mtazameni.......nguo ya Afrika,
  Mtumwa wa watumwa waloridhiya!
  Amekita jembe lake akilisujudia, Kwa
  tambo liloumbuka na kuselehea, Uso
  ukifuka ukata ulojifanya tabia, Na
  machungu ya maonevu alovumilia.

2.Moyo wake mzito **ulokokomaa** kama kuni,
  Haujui tena kutarajia wala kutamani,
  Umekufa ganzi, kutohisi racha wala huzuni.

3.Basi iteni fikira mambo mukiyafikiri,
  Siku hamaki yake itapochafuka kama bahari,
  Siku ukweli wa hali yake utapodhihiri,
  Umejiandalia vipi kutuambiya nini,
  Huo mkono ulomuumbua na kumkausha,
  Hizo pumzi zilomzimia taa ya maisha,
  Kumfunga kizuizi, gazini **kumtowesha**?

4.Ni jawabu gani alowekewa na wakati,
  Kulipoza ghadhabu ya ku ingawa katiti,
  Kuliwaza hamaki ya njaa hii ya dhati,
  Njaa ya maisha itakayo kushibishwa.

MASWALI / MAJIBU

(a) Taja mambo mujimu yanayojitokesha katika shairi hili. (alama 5)
   (i) Mkulima ambaye ni nguzo ya Afrika ni kama mtumwa.
   (ii) Anateseka, ana huzuni na hana matumaini
   (iii) Baadaye matumaini yanaweza kwisha.
   (iv) Kuna siku ambapo atafahamu haki yake na ataidai.
   (v) Wanaomtesa wataadhibiwa.

(b) Taja na utoe mifano ya aina zozote tatu za tamathali za usemi zilizotumika katika shairi hili. (alama 3)

(i) <u>Tashbihi</u>

     Kama kuni

     Kama bahari

  (ii) <u>Kweli kinzani</u>

   Mtumwa wa watumwa waliyoridhia.

  (iii) <u>Tashihisi</u>

     Pumzo zilizozima taa za Afrika

     Amekita jembe lake akilisujudia

(c) Eleza umbo la shairi hili. (alama 4)

   (i) Shairi hili lina jumla ya beti tano.

  (ii) Mishororo haitoshani/ hailingani kimizani.

  (iii) Shairi huru; halizingatii arudhi.

  (iv) Vina vya nje vipo.

(d) Onyesha umuhimu wa matumizi ya kihisishi katika shairi. (alama 2)

   Imetumiwa kuonyesha mshangao, masikitiko kuwa aliye nguzo ya Afrika ni mtumwa wa watumwa.

(e) Fafanua maana ya: (alama 2)

   (i) Siku hamaki yake itapochafuka kama bahari.

     Wakati atakapozinduka na kudai haki yake.

  (ii) Kuipoza ghadhabu ya kiu ingawa katiti

     Kutuliza hasira na matakwa/matatizo yake hata kama ni kidogo.

(f) Eleza maana ya msamiati ufuatao kama ulivyotumiwa katika shairi. (alama 3)

   (i) tambo - umbo

  (ii) Ulokomaa - uliokauka

  (iii) kumtowesha – kumwingiza/ kumtopesha.

6. Soma shairi lifuatalo kisha ujibu maswali yanayofuata.

1. Mkata ni mkatika, harithi hatorithiwa,

  Sina ninaloshika,wala ninalochukuwa,

  Mlimwengu kanipoka, hata tone la muruwa, Mrithi nini wanangu?

2. Sina ng'ombe sina mbuzi, sina konde sina buwa, Sina hata makaazi, mupasayo kuyajuwa,

Sina mazuri makuzi, jinsi nilivyoachiwa,
Mrithi nini wanangu?

3. Sina kazi sina bazi, ila wingi wa shakawa,
Sina chembe ya majazi, mno ni
kukamuliwa, Nakwacheni upagazi, mgumu
kwenu kutuwa, Mrithi nini wanangu?

4. Sina sikuacha jina, mkata hatasifika, Hata
nifanye la **mana**, mno ni kulaumiwa,
Poleni wanangu, sina kwenu cha kutowa,
Mrithi nini wanangu?

5. Sina leo sina jana, sina kesho kutwaliwa,
Sina kazi sina shina, wala tawi kuchipuwa,
Sina wanangu mi sina, la kwacha na
kuraduwa, Mrithi nini wanangu?

6. Sina utu sina haki, mila yangu 'meuliwa,
Nyumba yangu ili dhiki, na mbele
imekaliwa, N'nawana na mikiki, hadi
nitapofukiwa, Mrithi nini wanangu?

7. Sina la kesho kwenu, wenyewe kuiongowa,
Muwane kwa nyingi mbinu, mwende pasi kupumuwa,
Leo siyo kesho yenu, kama mutajikakamuwa,
Mrithi nini wanangu?

MASWALI / MAJIBU

(a) Andika kichwa kingine kifaacho kwa shairi hili
(alama 1) Sina cha kuwarithisha wanangu.

(b) Shairi hili laweza kuwekwa katika bahari mbili tofauti. Zitaje na ueleze
sababu ya kuliweka katika bahari hizo. (alama 4)
Tarbia: Lina mishororo minne katika kila
ubeti. Msuku: Kibwagizo kimefupishwa.

Ukara: Vina vya ukwapi vinabadilikabadilika lakini vya utao vinaoana tangu ubeti wa kwanza hadi wa tamati.

(c) "Poleni wanangu sana, sina kwenu cha kutowa."

 (i) Andika maneno haya kwa lugha nathari/ tutumbi. (alama 1)

Nasikitika sana wanangu kwa kuwa sina chochote cha kuwaachia (kama urithi).

 (ii) Utaje uhuru wa kishairi aliotumia mshairi katika kuyaandika maneno ya mshororo huo. (alama 2)

Tabdila: ameandika kutowa' badala ya 'kutoa.

Kufinyanga sarufi: Sina kwenu cha kutowa' badala ya 'Sina cha kutoa kwenu".(d)

Taja tamathali ya usemi iliyotumika katika kibwagizo cha shairi hili. (alama 1)

Balagha, swali ambalo jibu lake ni bayana ('Mrithi nini wanangu?)

(e) Eleza dhamira (sababu kuu) ya mshairi kulitunga shairi lenyewe. (alama 2)

Mshairi alinuia kuwahimiza wanawe wajikaze maishani ili kuhakikisha maisha mema ya baadaye kwa vile hali yao ya sasa ni ya umaskini mkubwa.

(f) Eleza kwa ufupi maisha ya mshairi yalivyo. (alama 3)

Maisha yake ni yenye umaskini mkubwa yasiyokuwa na matumaini ya kuimarika. Ni maisha yaliyokosa thamani na yenye kusikitisha kweli. Analalamikia kufanyiwa dhuluma anaposema "Mlimwengu kanipoka," au "Sina chembe ya majazi mno nikakamuliwa".

(g) Ni yapi matumaini ya mshairi kwa wanawe? (alama 2)

Matumaini ya mshairi kwa wanawe ni kwamba anawatumainia kuwa na maisha mema ya siku za usoni iwapo watajitahidi kukabiliana na matatizo yao bila hofu na kwa bidii. Anawahimiza watumie ujuzi mwingi kuwana.

(h) Eleza matumizi ya maneno haya kama yalivyotumiwa katika shairi hili. (alama 4)

   (i) Mkata (ub. 1) – Maskini, kabwela, chochote
   (ii) Shakawa (ub. 3) – Shida, dhiki, matatizo, baa
   (iii) Mana (ub. 4) – Maana, muhimu, thamana
   (vi) N'tapofukiwa. (ub.6) – Nitakapozikwa.

(i) Onyesha jinsi uhuru wa ushairi ulivyotumika katika shairi hili.(alama 4)

Ametumia inkisani, yaani kufupisha neno ili kutosheleza mizani. Kwa mfano: 'Mana' (ub.4) badala ya 'maana'.

Aidha, ametumia mazida, yaani kurefusha neno ili kutosheleza mizani. Mfano, 'makaazi' (ub.2) – 'makazi

Ametumia ritifaa, yaani kufupisha kwa kutumia alama ya ung'ong'o. Mfano, ' meuliwa (ub.6) badala ya 'imeuliwa.'

Tabdila, ni kuongeza herufi ya ziada au kubadilisha sauti katika neno bila kuathiri mizani. Mifano:-
Ninalochukuwa (ub. 1) – ninalochukua

7. Soma shairi lifuatalo kisha ujibu maswali yanayofuata.

ILIMU

1. Ewe risala wa vina, upesi ngiya mjini,
   Waleleo 'kiwaona, wazinduwe maaoni,
   Kisha uwape bayani, ya faida muthamini,
   Wajuwe ya kuwa fani, ni bahari 'so ufuo.

2. Ilimu ni kitu chema, kuwa macho duniyani,
   Hukuza wenye kusoma, popote ulimwenguni,
   Msinayo huwa nyuma, hususa hizi zamani,
   Tusomeni japo fani, ni bahari 'so ufuo.

3. Ilimu ni taa mbake, yenye mng'aro wa shani,
   Huongoza wanawake, na waume duniyani,
   Msinayo naitake, ya dunia na ya dini,
   Ilimu ulimwenguni, ni bahari 'so ufuo.

4. Ilimu huwa ni mato, kwa mwenye nayo yakini,
   Humpitisha mapito, ya unyokefu wa shani,
   Msinayo ni mketo, ubora mzinduweni, Aelewe
   kuwa fani, ni bahari 'so ufuo.

5. Ilimu ndiyo mlango, wa mangi ulimwenguni,
   Ina kikuu kiwango, cha shani iso kifani,
   Msinayo huwa tongo, apapapsapo haoni,
   Mkuza bongo ni fani, ni bahari 'so ufuo.

6. Ilimu ni mali bora, yenye ifadi yakini,
   Hukupanuwa fikira, na maarifa bongoni,
   Kuikosa ni hasara, ubora tuitangeni
   Tujuwe ya kuwa fani, ni bahari 'so ufuo

7. Tamati hapa 'takoma, nduzangu kumbushaneni,
   Na nyoyo tufanye hima, ya kwenda madarasani,
   Tukadurusu uluma, za kutufaa mbeleni,
   Maana cheo cha fani, ni bahari 'so ufuo.

MASWALI / MAJIBU

(a) Eleza arudhi za shairi hili. (alama 4)

   Shairi hili ni la tarbia – kila ubeti una mishororo
   minne. Limegawa vipande viwili, ukwapi na utao.

   Kila mshororo una mizani 16, nane kila upande (8,8)

   Ni la bahari ya ukara. Vina vya ndani vinatofautiana lakini vya nje
   vinafanana tangu ubeti wa kwanza hadi wa mwisho.

   Lina kimalizio, yaani kituo kisichokaririwa ubeti hadi ubeti.

(b) Ni nini dhamira ya mwandishi wa shairi hili?   (alama 2)

   Mshairi angetaka kuwahimiza wasomaji kutafuta elimu kwakuwaeleza
   faida za elimu na hasara za kukosa elimu

(c) Taja hasara za kukosa elimu kwa mujibu wa shairi hili. (alama 3)

   Mtu asiye na elimu hubaki nyuma kimaendeleo na huwa kama kipofu siku zote.

   Aidha, mtu asiye na elimu hukosa maarifa na kuonekana kama asiyezinduka.

(d) Taja aina za elimu zilizogusiwa katika shairi hili. (alama
   2) Elimu ya dunia au ulimwengu na ule wa dini.

(e) Mshairi ana maana gani anapoandika,"….bahari 'so ufuo." (alama 2)

   Anamaanisha kuwa elimu ni pana sana na haina mwisho, sawa na ilivyo bahari.

(f) Eleza matumizi ya tamathali zozote tatu za usemi katika shairi (alama 3)

   Istiara: ni kule kulinganisha moja kwa moja pasipo kutumiwa maneno
   yanayotumiwa katika kulinganishia kama 'kama' 'ja', 'vile'

   n.k Mifano: elimu ni taa mbake (ub 3) – mng'aro wa taa

   Elimu huwa mato (ub.4) – elimu huwa macho.

   Taswira: ni picha inayokuja akili. Inajitokeza pale mshairi
   anapozungumzia hali ya kupapasapapasa kama kipofu. (ub. 5)

   Takriri: ni urudiaji wa neno. Katika shairi hili neno 'ilimu' limerudiwa katika
   beti zote kama kianzio ile ule wa tamati.

(g) Eleza maana ya maneno yafuatayo kama yalivyotumiwa katika shairi hili. (alama 4)

   (i)   Muthmini (ub.1) – yenye thamani
   (ii) Mbake (ub. 3) – yenye mng'aro

(iii)   Mketo (ub. 4) – mkata, maskini

(iv)   Uluma (ub.5) – elimu mbalimbali.

8. Soma shairi lifuatalo kisha ujibu maswali.

PANDA

1.Panda, panda la mnazi, l'anzalo kupapatuwa,

   Panda juu ya malezi, moyo wako wishe ngowa,

   Panda mti wa mapanzi, uwepushie na juwa,

   Panda ni wako uluwa, panda darajani, panda!

2.Panda juu ya farasi, kwa haiba na sitawa,

   Panda kiwango mkwasi, uukimbie ukiwa,

   Panda, situpe viasi, wndako ukikujuwa, Panda

   ni wako uluwa, panda darajani, panda!

3.Panda ngano na mpunga, afudhali ya viliwa,

   Panda wimbi na kimanga, vipawa vya kupewa,

   Panda, usitunde ch'anga, tauwa mbivu tauwa.

   Panda ni wako uluwa, panda darajani, panda!

4.Panda mwema mshajari, wite t'anzu na mauwa,

   Panda utunde johari, mwivi' asijezanguwa.

   Panda juu ya mimbari, ulingane sawasawa,

   Panda ni wako uluwa, panda darajani, panda!

MASWALI / MAJIBU

(a) Taja na ueleze bahari za shairi hili. (alama 6)

   Ni la tarbia kwani lina mishororo minne katika kila ubeti.

   Ni la kikwamba kwa sababu neno moja 'panda' linatumiwa kuanzia kila mshororo na kila ubeti

   Ni la ukara. Vina vya ndani vinabadilikabadilika lakini vyanje vinafanana kuanzia ubeti kwanza hadi wa mwisho.

(b) Eleza maana mbalimbali za neno 'panda'kama zinavyojitokeza katika shairi.(Alama4) Kuitia mbegu mchangani ili ikue.

   Kukwea, kwenda juu.

66

Kuwa na nafasi au
cheo. Kuoa, mapenzi.
Kuomba dua, kusali.

(c) Eleza matumizi ya ritifaa katika ubeti wa kwanza. (alama 2)

Imetumiwa kufupishia neno 'lianzalo' ili kutosheleza mizani
Lianzalo lina mizani minne lakini ''anzalo' lina mitatu.

(d) Eleza vina na mizani ya beti mbili za kwanza (alama 3)

<u>Vina katika ubeti wa 1</u>: zi-wa   Ubeti wa 2: si – wa

     zi – wa   si – wa

     zi – wa   si – wa

     wa – nda   wa - da

<u>Mizani ubeti wa 1</u>: 8, 8 = (16)   <u>Ubeti wa 2</u>: 8, 8 = (16)

     8, 8 = (16)   8, 8 = (16)

     8 , 8 = (16)   8, 8 = (16)

     8, 8 = (16)   8, 8 = (16)

(e) Eleza maana ya maneno yafuatayo kama yalivyotumika katika shairi: (alama 3)

(i) Daraja (ub.1) – cheo/ ukuu

(ii) Uluwa (ub. 1-4) – utukufu/ ukuu

(iii) Tauwa (ub. 3) – chagua

(f) Mtunzi ametumia tabdila na mazida katika kazi yake.

Andika mfano kwa kila moja inavyojitokeza katika shairi. (alama 2)

Tabdila: Ameandika 'juwa' badala ya 'jua' na 'ngowa' badala ya 'ngoa' katika ubeti wa kwanza.

Mazida: Amerefusha neno 'ulwa' (mizani 2) na kuliandika 'uluwa' (mizani 3) katika kibwagizo.

<u>Maswali ya ziada</u>

Shairi hili ni la bahari gani? Thibitisha. (alama 2)

Ni la bahari ya ukawafi kwani limegawa vipande vitatu na jumla ya mizani ni kumi na sita (16) katika kila mshororo.

Aidha, ni la bahari ya kikwamba kwani neon moja, *panda* ndilo limetumiwa kuanzia sio tu kila ubeti bali pia kila mshororo.

7. Soma mashairi yafuatayo kisha

ujibu maswali yanayofuata.

POLE RAFIKI

1. Nakupa pole sahiba,
   Ulokusibu msiba,
   Kifo mkeo kamwiba,
   Kakuacha ukilia.

2. Mauti hana imani, Na
   hakwambii ni lini,
   Ukajuwa siku gani,
   Ghafula hukuvamia.

3. Kangia nyumbani kwako,
   Kamtwaa mwenye jiko,
   Kakwacha na sikitiko, Na
   mengi kufikiria

4. Sieke moyo machungu,
   Sikia rafiki yangu, Bali
   mshukuru Mungu,
   Hicho ndicho kidunia.

5. Najuwa mulipendana,
   Hata sisi tuliona,
   Lakini sasa hakuna,

6. Mwenye kukukurudisha,
   Usikuache kupenda,
   Kukakuranya kukonda
   Kiwa ni la moyo donda,
   Mwana alilokwachia.

7. Mkeo hakupotea,
   Hilino la kuelea, Bali
   yeye karegea, Kwa
   Mola wake jalia.

8. Badala ya kukufuru,
   Yakupasa ushukuru,
   Umuombee Ghafuru,

9. Tumuombe Rahamani,
   Ampe yake imani.
   Amjalie peponi, Nyumba
   ya wema jamia.

10. Iliyobakia na wewe,
    Ijapo si mfanowe,
    Nyumbani tasaidia.

11. Sikiza sakubimbi,
    Na ya kwao tumbi tumbi,
    Bilashi tapata dhambi,
    Kwa mawi kuyawazia.

MWANA YATIMA

1
Likuwa katika dunia,
Duniani alonotoa,

2
Likiwa katika dunia,
Wa ziwa lake kubugia

3
Lilikuwa katika dunia,
Wa njaa kuniondolea.

4
Likuwa katika dunia
Kilio changu alojua.

5
Lilikuwa katika dunia
Wa faraja kunijaza.

6
Likuwa katika dunia
Kionewa kunitetea.

7
Sinaye katika dunia
Waingiyani kunivua.

8
Sinaye katika dunia
Bahari janga kunipoa.

9
Sinaye katika dunia
Kunipa wakeo wasia.

10
Sinaye katika dunia
Kwenye ndoa kunandalia.

11
Sinaye katika dunia
Kuniombeya jema dua.

12
Hayupo katika dunia
Shiria tuli limetulia.

13
Hayupo katika dunia
Uyatima kanimwaia.

14
Kaachwa katika dunia
Kabaki tu na ninginia.

15
Kaachwa katika dunia
Hivyo kitawi kasinyea.

16
Kaachwa katika dunia
Miye kitawi tashikani?

MASWALI / MAJIBU

(a) Linganisha mashairi haya kwa upande wa:

(i) Umbo   (Alama

   3) Shairi la 'A'

   Ni la bahari ya utenzi kwa
   sababu halijagawa vipande.
   Ni la tarbia kwani lina mishororo
   minne katika kila ubeti wake.

69

Kila mshororo una mizani minane.

Vina vinabadilikabadilika kutoka ubeti mmoja hadi mwingine. Jumla ya beti ni kumi na moja.

Shairi la 'B'

Nalo pia ni utenzi kwani halijagawa vipande.

Ni la bahari ya tathnia kwa sababu lina mishororo miwili katika kila ubeti wake. Kila mshororo una jumla ya mizani tisa (9).

Vina vya shairi hili vinafanana katika beti zote isipokuwa ubei wa mwisho.

(ii) **Maudhui:** (alama 3)

Shairi la 'A'

Katika shairi la 'A' mshairi anamfariji rafiki yake kwa kufiwa na mkewe.

Anamhimiza ajikaze ili aweze kwendelea mbele na maisha. Shairi la 'B'

Mshairi anaomboleza kufiwa na mzazi wake, na hajui afanye nini kwa sababu sasa amebaki bila mtu wa kumtegemea.

(i) Taja wahusika wa mashairi haya (alama 2)

Shairi la A: Rafiki wa mshairi na mshairi mwenyewe Shairi la B: Mshairi mwenyewe.

(ii) Mshairi wa 'B' amefiwa na mzazi. Mzazi yupi? Eleza (alama 2)

Mshairi wa shairi la' 'B' amefiwa na mama yake. Hili linadhihirika kutokana na maneno kama,"dunia alonitoa" au "wa ziwa lake kubugia."

(c) Taja na kufafanua mbinu zozote tatu za lugha zilizotumiwa katika mashairi yote mawili. (alama 6)

Takriri: Imetumiwa kwa kurudiwarudiwa kwa maneno kama 'sinaye', 'likuwa,'hayuko'.

Balagha: Swali ambalo jibu lake ni bayana. 'Miye kitawi tashikani?"

Tashihisi: Kukipa kisicho na uhai sifa za kilicho na uhai /sifa za binadamu.

'Kifo mkeo kamwibia, mauti hana imani, na hawambii ni lini.

(d) Eleza maana ya msamiati ufuatao kama ulivyotumiwa katika mashairi. (alama 4)

 (i) Ghufuru - Jina la Mungu.

 (ii) Tumbwi tumbwi – Maneno mengi yasiyo na maana.

 (iii) Ziwa – Titi

 (iv) Tasinyaa - Nitakonda, nitadhoofika kiafya.

9. Soma shairi lifuatalo kisha ujibu maswali.

NYAMA NJE NGOZI NDANI

1. Hicho ni kitu nasema, maarufu duniani, Ni
   kikubwa chake <u>kima</u>, si kidogo wastani,
   Tena ni kitu cha nyama, kina ladha mdomoni,

   Nyama nje ngozi ndani, kitu gani wajuzi?

2. Mfano nawatajia, hasa kwa yake <u>launi</u>,
   Rangi yake <u>kahawia</u>, inapendeza machoni,
   Kwa tamu na rangi pia, kimefanana na ini,
   Nyama nje ngozi ndani, ni kitu gani wajuzi?

3. Watu hukipenda sana, ni kitoweo nyumgni,
   Si kirefu si kipana, si duara kama peni,
   Na muda ukikiona, nyama nje ngozi ndani,
   Nyama nje ngozi ndani, ni kitu gani wajuzi?

4. <u>Hususa</u> kwa kwetu huku, yaani bara na pwani,
   Twakipenda kwa <u>shauku</u>, wala hapana kifani,
   Chapatikana kwa kuku, ama ndege wa mwituni,
   Nyama nje ngozi ndani, ni kitu gani wajuzi?

5. Na kwa hizi beti tano, ndipo pangu nasaini,
   Yatosha huo kfano, ambao nimebaini, Sasa
   yetu maagano, kunipa jibu yakini,
   Nyama nje ngozi ndani, ni kitu gani wajuzi?

MASWALI / MAJIBU

(a) Shairi hili ni la bahari gani?   (alama 4)
   Ni la tarbia kwa sababu lina mshororo minne katika kila ubeti.
   Ni la ukara, vina vya kati vinabadilikabadilika lakini vile vya nje vinaoana.

(b) Taja 'kitu' hicho kinachozungumziwa katika shairi. (alama 10
   Ni firigisi la kuku au ndege wa pori.

(c) 'Kitu' kinachozungumziwa' hutumiwaje?   (alama 2)

Hutumiwa kama nyama ya kuliwa. Hutumiwa kama kitoweo nyumbani watu wapikapo.

(d) Eleza dhamira ya shairi hili. (alama 4)

Dhamira ya shairi hili ni kuonyesha jinsi aina ya nyama anayozungumzia juu yake inavyopindewa na wengi na pia kuonyesha umaarufu wake. Aidha, angetaka apewe jina la nyama ile.

(e) Andika ubeti wa nne kwa lugha ya nathari. (alama 4)

Hasa huku kwetu tangu bara hadi pwani, tunakitamani sana kuzidi kitu kingine. Kinapatikana kwa kuku na hata ndege wasiofugwa. Ndani ya kitu hicho ni ngozi na nje ni nyama. Ni kitu gani hicho, weledi?

(f) Toa maana ya msamiati huu kama ulivyotumiwa katika shairi . (alama 5)

   (i) Kima (ub. 1) – kiasi.
   (ii) Launi (ub.2) – rangi.
   (iii) Kahawia (ub. 2) – hudhurungi.
   (iv) Hususa (ub. 4) – hasa.
   (v) Shauku (ub.4) – hamu.

10. Soma shairi lifuatalo kisha ujibu maswali.

1.Ah! siambile ovyo, samba ah! kupuuzwa, Ah!
 hii niambavyo, si kwamba nimependezwa,
  Ah! moyo wamba hivyo, kwayo nilivyofanyizwa,
  Ah! namba nionavyo, vipasavyo kuelezwa

2.Ah! mimi nilivyo, mawazo yametatizwa, Ah!
 tata za magovyo, fikira zimeshangazwa, Ah!
 na view viwa'vyo, sioni pa kutulizwa, Ah!
 namba nionavyo, vipasavyo kueleza.

3.Ah! sililii yavyo, kwa kutaka kunyamzwa, Ah!
 sipendezwi navyo, sipendezewi kubezwa,
  Ah! ni hivi ambavyo, mkata heshi kutezwa?
  Ah! namba nionavyo, vipasavyo kuelezwa.

4.Ah! kukicha ya vivyo, na uchao yajalizwa, Ah!
  Ah! havishi vishavyo, na matayo kuambizwa,

Ah! sivyo hivi sivyo, vyakanywa na kukatazwa,
Ah! namba nionavyo, vipasavyo kuelezwa

5.Ah! lau hata ndivyo, basi hata kulekezwa
Ah! wayaenda kwavyo, kwamba ndiko kutukuzwa,
Ah! tenda utendavyo, ni kuwa watendekezwa, Ah!
namba nionavyo, vipasavyo kuelezwa.

6.Ah! ni vile wambavyo, togo upate tangzwa,
Ah! kila upendavyo, mwisho 'we utatukiziwa,
Ah! pendo liangazavyo, vipasavyo kuelezwa.
Ah! namba nionavyo, vipasavyo kwelezwa.

7.Ah! kila lenye govyo, halikawili kuvizwa,
Ah! nalende lendavyo, ukomo litagotezwa,
Ah! ni vipi kulivyo, kukdumu kutulizwa?
Ah! namba nionavyo, vipasavyo kuelezwa.

8.Ah! dunia ni kuyovyo, kizamacho chaibuzwa,
Ah! ni mangapi ja 'vyo, hayako metokomezwa,
Ah! jaa lijaavyo, mwishilio lapunguzwa,
Ah! namba nionavyo, vipasavyo kuelezwa.

9.Ah! kaa ukaavyo, hatimayo yasogezwa, Ah!
na uwe uwavyo, atendae hulipizwa, Ah!
hakuna lilivyo, gumu lisilosogezwa, Ah!
namba nionavyo, vipasavyo kuelezwa.

MASWALI / MAJIBU

(a) Taja na ueleze tamathali zozote tatu zilizotumiwa na mshairi. (alama
6) Takriri: Urudiaji wa neno/maneno: "Ah!" – Tashbihi: 'ja' (ub.8)
Balagha: maswali yasiyohitaji majibu yanayodhamiriwa kumfanya
msomaji alifikirie jambo kwa undani zaidi.
Siyahi / nidaa, anatumiwa neno 'ha!'
Mfano- "Ah! Ni vipi kulivyo, kukadumu kutulizwa?" (ub.
7) "Ah! Ni hivi ambavyo, mkata heshi kutezwa?" (ub. 3)

(b) Mshairi analalamikia nini? (alama 3)

Analalamika kuwa anasumbuliwa kimawazo. Analalamika kwa kubezwa na hata kudunishwa na kudharauliwa. Aidha, analalamika kuwa anayeambiwa/ anayesimuliwa hakomi vituko hata akikanywa.

(c) Huku ukitoa mfano kutoka shairi hili, eleza matumizi yoyote mawili ya uhuru wa kishairi. (alama 2)

Inkisari – ni kufupisha neno ili kutosheleza mizani inayohitajika Mifano: Sambi – siambi

Havishi – haviishi

Lende – liende

Lendavyo – liendavyo

Hatimayo – hatima yako.

Mazida: ni kurefusha neno ili kutosheleza au vina ama mizani au vyote kwa pamoja.

Mfano: Siambile – siambi

Matumizi ya lahaja: tezwa badala ya chezwa

Tukizwa badala ya chukizwa.

(d) Kwa nini anayezungumziwa anayatenda ayatendayo?   (alama 3)

Kwa sababu anamuona mshairi huyu kuwa maskini. Pia anaona kana kwamba atapewa sifa/atatukuzwa kwa kuyatenda ayatendayo. Aidha, anayezungumziwa huyu ni mtu ambaye amebarikiwa kwa kuendekezwa, na kuona kuwa anapendwa na kwa hivyo hajali.

(e) Eleza mana ya kibwagizo cha shairi hili. (alama 2)

Kibwagizo cha shairi hili kinamaanisha kuwa anayosema mshairi ni yale anayoyaona na wala si ya kuzua. Anaeleza anayoyaona wazi kama yanavyostahili kuelezwa.

(f) Eleza msamiati ufuatao kama ulivyotumika katika shairi (alama 4)

   (i) Kutezwa

     Kuteswa.

   (ii) Namba

     Nasema.

   (iii) Watendekezwa

      Unadekezwa

   (iv) Togo

     Sifa, utukufu.

12. Soma shairi lifuatalo kisha ujibu maswali.

1. Tusitake kusimaima, bila kwanza kutamba,
   Au dede kuwa hima, kabula hatujakaa
   Tutakapo kuchutama, kuinama inafaa,
   Tujihimu kujinyima makubwa kutoyavaa

2. Tusitake kuendea, guu lisipokomaa
   Tujizonge na mikanda, inapochagiza njaa
   Na mazuri tukipenda, ni lazima kuyaanda
   Tujiase kujipinda, kujiepusha na balaa.

3. Tusitake uvulana, au sifa kuzagaa
   Tushikiye nyonga sana, tunuiyapo kupaa,
   Kama uwezo hapana, tutoelee dagaa,
   Tujiase hicho kina, maji yajapokujaa

4. Tusitake vya wenzetu, walochuma kwa hadaa,
   Wanaofyatua vitu, na kisha vikasambaa, Uwezo
   hatuna katu, umasikini fazaa, Tujihimu kula
   vyetu, siendekeze tamaa.

5. Mtaka kuiga watu, kufata kubwa rubaa, Vyao
   vijile kwetu, vifaa vingi vifaa, Tunamezwa na
   machatu, tusibakishwe dhiraa, Tujihimu kilo
   chetu, hata kama twapagaa.

MASWALI / MAJIBU
(a) Toa kichwa mwafaka cha shairi hili (alama 1)
    Tutosheke na tulichonacho/tusitake makuu
(b) Eleza vina na mizani vya ubeti wa kwanza na wa mwisho (alama 4)

Vina: ubeti wa 1:	ma, a	Ubeti wa 5:	tu -a
	ma, a		tu - a
	ma, a		tu - a
	ma, a		tu - a

Mizani: Ubeti wa 1: 8, 8 = (16)   Ubeti wa 8, 8 = (16)

8, 8 = (16)   8, 8 = (16)

8, 8 = (16)   8, 8 = (16)

8, 8 = (16)   8, 8 = (16)

(c) Shairi hili lina bahari tofauti. Zitaje na uthibitishe. (alama

4) Tarbia: Lina mishororo minne katika kila ubeti

Ukara: Vina vya ndani havifanani lakini vya nje vinaoana.

Sabilia – Maneno katika mshororo wa mwisho wa kila

ubeti yanabadilikabadilika.

(d) Eleza dhamira ya mshairi katika shairi hili. (alama 2)

Msanii anawahimiza wasomaji wasiwe na tamaa na anaonya dhidi ya tamaa.

(e) Andika ubeti wa kwanza kwa lugha nathari. (alama 4)

Tusitamani kusimama kabla ya kutambaa au kusimama kabla hatujakaa. Tunapotaka kuchutama lazima tuiname.

Tujifunze kujinyima yale ambayo hatuyawezi.

(f) Taja uhuru mmoja wa mshairi kama unavyojitokeza katika ubeti wa nne. (alama 2)

Inkisari – Kufupisha neno ili kutosheleza mizani. Mshairi ameandika siendekeze

(mizani 5) badala ya usiendekeze (mizani 6) ili kutosheleza jumla ya mizani anayohitaji.

(g) Eleza maana ya maneno yafuatayo kama yalivyotumiwa. (alama 3)

(i) Dede (ub.1) – Mtoto mdogo kusimama bila kushika chochote

(ii) Tujizonge (ub. 2) – tujifunge

(iii) Kuiga (ub. 5) – kufanya vile mwingine anavyofanya.

13. Soma shairi lifuatalo kisha ujibu maswali yanayofuata.

MALI

1. Kupenda mno ukwasi, naona nitapotea,

Mali ina wasiwasi, na laweza kupotea,

Mali huzua maasi, mtu yakampotoa.

2. Mali ni njema hidaya, hili kweli nalijua,

Sura yangu iwe mbaya, watu wataisifia,

Lakini naona haya, sifa hii kupokea

3. Mali ni nzuri hidaya, tena ninkariria,
   Lakini ina <u>hekaya,</u> ngumu kuizingatia,
   Hususa huwa <u>kayaya</u>, dunia kuizamia.

4. Mali pale niko nayo, wengi walininamia,
   Bali nikitokwa nayo, rafiki wanikimbia, Na
   nipigapo miayo, pembeni wanizomea.

5. Mwenye mali huzuzuka, kheri akaziambaa,
   Na heshi kubabaika, kushukushuku jamaa,
   Na huko kufilisika, akuhofu kila saa.

6. Umesikia karuni, dongo likamfukia,
   Mali ilimfitini, dongo likamfukia,
   Nikhatari yumkini, kwa as-habu rupia.

7. Maadui wa mkwasi, ni wengi kupindukia,
   Rafikize si halisi, <u>ghalibu</u> humdowea,
   Wamchomoe <u>fulusi</u>, kisha wamtete pia.

8. Kheri nikidhiwe haja, shida zikinifikia,
   Nile kadiri ya haja, na nione njaa pia,
   Na niipate faraja, dhiki zikinitokea.

9. Ewe mola wangu Bwana, jaila wa ala jalia
   Ufukara Maulana, nakuomba nepushia,
   Nipe riziki mwanana, haja kunitoshelea.

10. Ukinipa utajiri, nipe na elimu pia,
    Mali zangu niajiri, ziwafalie insia,
    Nishukuru Qahari, vile kunifadhilia.

MASWAL I / MAJIBU

(a) Eleza sifa za shairi la aina hii. (alama 3)

    Shairi hili ni la tathlitha, kwa hivyo lina mishroro mitatu katika kila ubeti
    wake. Tathlitha halina kibwagizo (sifa yake).

Jumla ya mizani kwenye kila mshororo ni 16, yaani kola kipande mizani 8 na ubeti mzima mizani ni 16 x 3 – 48

Limegawa vipande viwili – ukwapi na utao (mathnawi).

(b) Mwandishi ameeleza madhara na manufaa ya kuwa na mali. Taja madhara sita na manufaa matatu. (alama 9)

Madhara: hutia
wasiwasi. Huzua maasi.
  Humfanya mtu kuwa na maadui
wengi. Huleta mauti.

Faida: -Mtu atasifiwa. - Mtu anainamiwa/ataheshimiwa.
         - Itamwongoa mtu.

(c) Mshairi anaomba nini kutoka kwa Mola katika bet tatu za mwisho? (alama 3)

Anaomba akidhiwe haja zake. Anaomba Mola amwepushe na umaskini na kwamba akipewa utajiri apewe pia na busara ya kutumia.

(d) Eleza maana ya msamiati ufuatao kama ulivyotumika katika shairi hili. (alama 5)

(i) Maasi (ub. 1)

Uvunjaji amri au kanuni.

(ii) Hekaya (ub. 3)

Matukio ya ajabu / matukio ibura.

(iii) Kayaya (ub. 3)

Kelele shehereni au katika sherehe.

(iv) Ghalibu (ub.7)

Mara nyingi, aghalabu.

(v) Fulusi (ub.7)

Fedha, pesa, darahimu.

14. Soma shairi lifuatalo kisha ujibu maswali.

PENDA CHAKO

1.Kukipenda kitu chako, huo ndio uzalendo,

Mtu anapenda chake, japo hakina thamani.

Hatamani cha mwenzake, na kukitia rohoni,

2.Kuipenda nchi yako, ho ndio uzalendo,

Kuwa tayari daima, taifa utumikia,

Uzukapo uhasama, haraka kupigania,
Adui kuwasakama, mbali kuwatupilia.

3. Kuwapenda watu wako, huo ndio uzalendo,
Uzalendo ndio ngao, nisilaha kamilifu, Tuwe
nao moyo huo, tusiwe nyoyo dhaifu, Wale
wakilinda kwao, nasi tuwe timilifu.

4. Kukipenda kazi yako, huo ndio uzalendo,
Kazi tusitegee, ni uhai na afia, Mazalendo
jitoee, hasa shamba kulimia, Fanya kazi
harambee, kwa uchumi kuinua.

5. Kuipenda lugha yako, huko ndio uzalendo,
Tupendane kwelikweli, hakuna kubaguana,
Ukabila tusijali, sisi sote twafanana.
Tutumie Kiswahili, rahisi kuelewana.

6. Kupenda taifa lako, huo ndio uzalendo,
Uzalendo ni upole, mapenzi kwanchi yako, Si
ubishi wa kelele, vituko na maudhiko, Nchi
haisongi mbele, uzalendo sipokuwepo.

MASWALI / MAJIBU

(a) Andika ubeti wa kwanza kwa lugha ya nathari. (alama 4)

Mtu ambaye ni mzalendo ni yule anayependa kitu chake hata kama si
kizuri. Mzalendo haoni kijicho kwa kitu cha mwenziwe. Mzalendo
ataonea fahari kitu chake hata kama ni hafifu/duni.

(b) Shairi hili lina umuhimu gani kwa taifa la Kenya? (alama4)

Lina umuhimu kadha. Kwanza, linashauri tusipende ukabila bali tupende nchi
yetu. Aidha, linahimiza watu kupenda kazi, sio kutegea ili kuinua uchumi wa
nchi. Isitoshe, linahimiza mtu kuipenda nchi yake, yaani uzalendo kwa jumla.

Shairi hili linawahimiza wananchi kuitumia lugha ya Kiswahili na
kukipenda ili kuleta maelewano baina yao.

(c) Ni tamathali gani ya usemi iliyotumika katika mshororo:

(i) "Uzalendo ndio ngao, ni silaha kamilifu."? (alama 1)

Istiara: Uzalendo unalinganishwa moja kwa moja na ngao/silaha .

(ii) Eleza sababu za jibu lako kwa swali la (c) (i)
(alama 3) Ngao – kitu cha kujikinga
Silaha – kifaa cha kupigania
Uzalendo ngao ya kujikinga na silaha ya kushambulia/kupigania.

(d) Ni nini maana ya mshororo."Wale wakilinda kwao, nasi tuwe timilifu."?
(ub. 3) (alama 1)
Watu wa mataifa mengine wanapojilinda, nasi tufanyie nchi yetu vivyo
hivyo, tuilinde.

(e) Eleza sifa za kiarudhi kama zilivyotumika katika ubeti wa sita. (alama 4)

Mpangilio wa vina:	Mpangilio wa mizani
ko, ndo	8,8 (16)
le, ko	8,8 (16)
le, ko	8,8 (16)
le, po.	8,8 (16)

Ni la bahari ya tarbia – lina mishororo minne katika ubeti.

Ni la bahari ya mathnawi kwani limegawa vipande viwili, yaani ukwapi na utao.

(a) (i) Taja mifano yoyote miwili ya maneno yaliyotumiwa kwa maksudi ya
ulinganifu wa vina katika shari hili. (alama 2)
Afia (ub.4) badala ya afya
Maudhiko (ub.6) badala ya maudhi
Kuwasakama (ub.2) badala ya akiwasakama
Kulimia (ub.4) badala ya kulima

(ii) Eleza maana ya neno 'kuwasakama' kama ilivyotumiwa katika shairi hili.
(alama 1) Kuwawinda (kuwasaka, kuwatafuta)

15. Soma shairi lifuatalo kisha ujibu maswali.

KIBURI

1.Kiumbe utahadhari, ushike ninalonena,
Uwache zako ghunini, tena zingatia sana,
Kuwa si chema kiburi, na masilahi hakina,
Ni bora kuambizana, mja kiburi si chema.

2. Nakupa langu shauri, ambalo ni la maana,
   Kaa na wendo vizuri, pasipo kuchukiana,
   Tena uliwache kori, tabia ya kujivuna, Ni
   bora kuambizana, Mja kiburi si chema.

3. Aringaye afikiri, ya kuwa salama hana,
   Atamrudi kahari, duniani tukiona,
   Na kiama kikijiri, dhiki yamngoja tena, Ni
   bora kuambizana, mja kiburi si chema.

4. Hili ujue dhahiri, usidanganyike bwana,
   Waja wote ni kadiri, alowaumba Rabana,
   Za nini zako fahari, kwa kutaka kuza jina,
   Ni bora kuambizana, mja kiburi si chema.

5. Usijione tajiri, kwa yako hiyo hazina, Ama
   kuwa ni waziri, waringa ukitukana, La
   mwanzo lina ahiri, ewe mja zindukana, Ni
   bora kuambizana, mja kiburi si chema.

6. Wangapi walokithiri, wale wakitajikana,
   Walokuwa na amri, wenye afia na zana,
   Zimekoma takaburi, arighi imewabana,
   Ni bora kuambizana, aridhi imewabana.

7. Kaditama wacha ari, ambayo ni ya laana,
   Uwache zako jeuri, na kiburi epukana,
   Uwe ni mtu mzuri, kwa wazee na vijana,
   Ni bora kuambizana, Mja kiburi si chema.

MASWALI / MAJIBU

(a) Mwandishi anatoa sababu gani za kueleza kuwa mtu aepuke na kiburi?
   (alama 3) Kuwa Mungu atamrudi (ub.3)
   Hakina maslahi.
   Huleta laana.

(b) Eleza maana inayojitokeza katika maneno yafuatayo: (alama 4)

(i) "La mwanzo lina ahiri, ewe mja zindukana." (ub.5)

Lililo na mwanzo lina mwisho kwa hivyo binadamu anapaswa kuelewa hilo na kuerevuka.

(ii) "Kaa na wendo vizuri, pasiwe kuchukiana." (ub. 2)

Ishi vyema na wenzako pasipo kuchukiana.

(c) Mwandishi anatoa ushauri gani kwa mtu mwenye kiburi?

(alama 2) Kwanza, anamshauri aache kiburi.

Pili, awe mtu mzuri kwa wote, vijana kwa wazee.

Tatu, aelewe fika kwamba binadamu wote ni sawa mbele za Mungu na awachukulia hivyo.

(d) Kwa nini msanii ametumia neno afia badala ya afya katika ubeti wa sita?

(alama 1) Kwa madhumuni ya kutosheleza mizani.

(e) Andika ubeti wa sita kwa lugha ya nathari. (alama 4)

Ni wangapi ambao walikuwa wakijulikana na watu wengi, waliokuwa watu wenye madaraka/vyeo vikuu na afya lakini sasa hawana kiburi tena kwani wamekwisha kufa. Ni vyema kuambiana ukweli kwamba kiburi si kitu kizuri.

(f) Eleza kanuni zilizotumiwa kusarifu ubeti wa kwanza (alama 4)

Limegawa vipande viwili – ukwapi na utao.

Kila kipande kina mizani minane (8), mshororo una mizani 16.

Ni la tarbia kwa sababu ubeti wenyewe una mishororo minne.

Mpangilio wa vina: ri, na   au   a, b

ri, na   a, b

ri, na   a, b

na, ma   b, c

(g) Andika maaana ya maneno haya kama yalivyotumiwa katika shairi. (alama 2)

(i) Ghururi (ub. 1)

Udanganyifu.

(ii) Ari (ubeti wa 7)

Moyo wa kukazania jambo / kutokubali kushindwa.

16. Soma mashairi yafuatayo kisha ujibu maswali yanayofuata.

SHAIRI 'A'

1.Upendacho hupendeza, japo kibaya machoni,

Hakini kukichukiza, pendo liwapo moyoni,

Pofu huitia kengeza, watu wakaona shani,

Kipendacho moyo dawa, pofu huita kengeza.

2. Waja kukuliza, macho yake hayaoni?
   'Mtu huyu ameoza, 'yangu yawahusiani?'
   Budi utawajibiza, 'yangu yawahusiani?'
   Kipendacho moyo dawa, pofu huita kengeza.

3. Sababu zao bughudha, hutaki nao utani,
   Kujua hapana radhi, ya kila rohoni,
   Ni hali gani orodha, isiyo na walakini,
   Kipendacho moyo dawa, pofu huita kengeza.

4. Kingawaje maridhawa, pofu huita kengeza. Ni
   hali yenye usawa, maisha kisitawini, Moyo
   unachopotowa, tajiri maskini, Kipendacho
   moyo dawa, pofu huita kengeza.

SHAIRI 'B'
1. Lau kwamba waelewa, lililo mwangu moyoni
   Katu hungalitobowa, kueleza hadharani,
   Apendaye hana dawa, mwenye kupenda haoni,

2. Haoni na hasikii, hafui wala hashoni,
   Hendi wala hakimbii, haogi na hatamani,
   Kuzuia kii kii, wangasema majirani.

3. Majirani wanganena, humtia midomoni Na
   hata habari hana, msemaji asilani, Yuko
   tuli amebegana, awatazama machoni.

4. Machoni awatazama, kuwajibu katiwaani, Ni
   bure mngesema, mwajiudhi ikhiwani, Basi
   hapa kaditama, ndugu zangu kwaherini.

MASWALI / MAJIBU

(a) Tofautisha na ulinganishe mashairi haya kwa upande wa:

  (i) Maudhui

  (ii) Muundo/ umbo. (alama 10)

  Mashairi ya 'A' na 'B' yana maudhui sawa. Yanazungumzia insi/ mtu akipenda kitu kwa moyo wake wote hata kiwe na kasoro au kisemwe vipi na wengine, yeye atakipenda tu bila kuona kasoro za kitu hicho au mtu huyo. Kuna tofauti kwa upande wa muundo kati ya mashairi haya. Shairi la 'A' ni la tarbia kwa sababu lina mishororo minne katika kila ubeti wake huku shairi la 'B' ni latathlitha kwa sababu lina mishororo mitatu katika kila ubeti. Isitoshe, shairi la 'A' lina kibwagizo, "Kipendacho moyo dawa, pofu huita kengeza." Shairi la 'B' lina mishororo mitatu tu kwa hivyo halina kibwagizo.

  Hata hivyo mashairi haya yana ulinganifu. Kwanza, kila moja limegawa katika vipande viwili, yaani ukwapi (Kipande cha kwanza) na utao (kipande cha pili). Jumla ya mizani katika kila kipande ni minane nane, yaani kila mshororo una jumla ya mizani kumi na sita.(8,8=16).

  Mshairi haya ni ya bahari ya ukara kwani vina vyao vya ndani vinabadilikabadilika ilhali vile vya nje vinafanana.

(b) Andika methali mbili zinazorejelewa katika mashairi haya. (alama 2)

  Shairi la A: Kipandacho moyo dawa, pofu huita kengeza.

  Shairi la B: Apendaye hana dawa, mwenye kupenda haoni.

(c) Andika ubeti wa nne katika shairi la 'B' kinathari. (alama 3)

  Anayesemwa huwa anawatazama tu kwa macho wala hasemi lolote. Hata mkimsengenya ni kazi bure kwani mnajiudhi wenyewe. Nimefika mwisho wa utungo wangu na kuwaaga ndugu wote.

(d) Taja uhuru wa mwandishi alioutumia kuandika neno 'hungalitobowa' (ub.1 'B') na sababu ya kuliandika hivyo. (alama 2)

  Hapa mwandishi ametumia tabdila – ni kubadili sauti ya neno bila kubadili maana wala kuzidisha idadi ya mizani.

  Ameliandika hivi ili kupata urari wa vina '**wa**' kama ilivyo katika mishororo miwili ya kwanza katika ubeti.

(e) Eleza maana ya msamiati ufuatao kama ulivyotumiwa katika shairi hili. (alama 3)

  (i) Sababu zao bughudha – nia yao ni kukuudhi au kukukera

  (ii) Maridhawa – kwa wingi; tele

  (iii) Humtia midomoni – humsema kwa ubaya; humsengenya.

17. Soma shairi lifuatalo kisha ujibu maswali.

1. Lipi la kutenda, kwa walimwengu, liwe jema?
   Liwe ni kupenda, bila uchungu, na lawama
   Niwe kama punda, pasipo fungu, wala kima.

2. Lipi lisilo inda, kwa walimwengu, na lazima?
   Liwe la kuonda, kukupa Mungu, lisokwama,
   Laiti si winda, enyi nduzangu, lau kama.

3. Kipi cha kupanda, kwa walimwengu, cha salama?
   Kiwe kama tunda, au furungu, la mtama,
   Hata zao nyonda, ziunge zangu, na kuvama.

4. Ni wapi pa kwenda, kwa walimwengu, pa huruma,
   Niwe ni kupanda, daraja yangu, pasi vuma,
   Pasiwe na chonda, ajae kwangu, kwa dawama.

5. Upi pa kudanda, kwa walimwengu, pasi kwima?
   Na kuvuta nyanda, ziso wenzangu, 'pite wima,
   Kwa kurandaranda, niwape dungu, wawe nyuma

6. Lipa la kushinda, kwa walimwengu, kiwe chuma?
   Bila ya kuponda, kwa kilimwengu, na hikima, Na
   lau wadunda, weshe mizungu, ni kizima.

7. Kipi kisovunda, kwa walimwengu, cha daima?
   Pasi na kukonda, kwa malimwengu, yaso wema,
   Angawa ni nunda, huja kiwingu, cha makama.

MASWALI / MAJIBU
(a) Taja hoja zozote nne ambazo mwandishi anazishughulikia katika shairi. (alama 4)
   Anasema: hapana chochote ambacho unaweza kutenda kisha wanaadamu
   wakakiona kuwa chema. Mwanadamu haridhiki.
   Mwanadamu anakuwa na wivu na uchungu anapoona mwenzake
   akifanikiwa. Anataka mazuri yawe yake.

Wanadamu hata wakipenda jambo au kitendo fulani huwa ni kwa muda mfupi tu. Hakuna kitu kiishicho milele.

Hakuna pa salama au kimbilio pa kwenda.

(b) Eleza sifa za kiarudhi katika ubeti wa pili.   (alama 6)

Ni la bahari ya tathlitha- mishororo mitatu kila ubeti.

Mpangilio wa vina:	Mpangilio wa mizani
nda, ngu, ma	6,5,4(15 mshororo)
nda, ngu,ma	6,5,4(15)
nda, ngu, ma	6,5,4(15)

Ni la mtiririko – vina vya ukwapi, utao na mwandamizi vyote vinafanana kuanzia ubeti wa kwanza hadi wa mwisho.

Limegawa vipande vitatu: ukwapi, utao na mwandamizi.

(c) Andika ubeti wa nne kwa lugha ya nathari.   (alama 4)

Ni mahali gani pa kwenda palipo na salama na huruma ili nipate kuendelea bila kusemwa na watu, mahali pasip na adui/hasidi anijiaye kila mara.

(d) Kwa nini mshairi anatumia maneno 'nduzangu' (ub.2) na 'yaso' (ub. 7) ? (alama 2)

Ameyaandika hivyo kwa madhumuni ya kutosheleza idadi ya mizani anayonuia.

(e) Ni kwa nini mshairi anauliza swali katika mwanzo wa kila ubeti? (alama 1)

Kama njia ya kusisitiza ni swali la balagha, swali ambalo jibu lake ni bayana, kumtia hisia, kilio, kukata tama, kushawishi.

(f) Eleza maana ya msamiati ufuatao kama ulivyotumika katika shairi: (alama 3)

   (i) Inda (ub.2) – wivu, uchoyo, chuki, ngoa.
   (ii)   Nyonda (ub.3) – mahaba, huba, mapenzi, rafiki
   (iii) Mizungu (ub.6) – hila, ujanja, mikakati, mipango maarifa.

18. Soma shairi lifuatalo yanayofuata kisha ujibu maswali.

ULIMI

1.Ulimi bayana, nyoka mo pangoni,
   limtoa, Ulimi wangwana, hapo
   barazani, kuongea, Ulimi lishana, kiwa
   furahani, sherekea, Ulimi kaziye.

2.Ulimi tapika, yo majungu sana, kipakua,
   Ulimi sifika, kubuni hufana, kisikia,
   Ulimi hutaka, na chumvi zadina, chuku pia,

Ulimi kaziye.

3. Ulimi salata, kwake mwenye nao,
huchongea Ulimi, huleta, kwa
wasengenyao, singizia, Ulimi matata, na
wagombanao, lipizia, Ulimi kaziye.

4. Ndimi kiwa mbili, mithili kinyonga,
geukia, Ndimi ziso kweli, jama za
kukenga, huhadaa, Ndimi hazibali, mara
huviringa, ni balaa, Ulimi kaziye.

5. Ulimi twambiwa, kizungumkuti kufanyia,
Ulimi tambuwa, tazungukwa mti,
kizingia, Ulimi tambuwa,tazungukwa
mti, kizingia, Ulimi ungwana, kinywani
mo kati, tamkia Ulimi kaziye.

MASWALI / MAJIBU

(a) Eleza kazi ya ulimi kwa mujibu wa shairi hili. (alama 4)

Hutumiwa kuongea (ub. 1) – Hutumiwa kuhadaa (ub.4)

Hutumiwa kusherehekea (ub 1) – Hutumiwa kubembeleza/kusihi
Hutumiwa kuchongea (ub.3) – Hutumiwa kusengenya
(ub 3) Hutumiwa kutilia chumvi/kupiga chuku (ubeti wa 2)

(b) Taja tamathali za usemi zilizotumia katika mishororo ifuatayo.

(i) 'Ulimi bayana, nyoka mo pangoni………(ub. 1)

Methali imetumika hapa kikamlifu ni ' maneno matamu humtoa
nyoka pangoni.'

(ii) 'Ulimi tapika, yo majungu sana, kipakua,' Ub. 2)

Tamathali mbili za usemi zimetumika hapa. Kwanza kuna 'tashihisi, kuvipa
visivyo na uhai sifa za binadamu nao ni 'Ulimi tapika.' Tamathali ya
pili ni msemo kutokana na maneno 'kupiga majungu.

(c) Eleza arudhi alizotumia mshairi katika ubeti wa tatu. (alama 6)

Ni la bahari ya ukawafi – limegawa vipande vitatu na jumla ya mizani katika
kila mshororo ni 16, mbali na kibwagizo ambacho ni cha msuko (mizani 6)

87

Ubeti huu ni wa kikwamba kwa sababu neno moja 'ulimi' ndilo limetumiwa kuanzia kila mshororo.

Mpangilio wa vina:	Mpangilio wa mizani
ta, o, a,	6,6,4 (16)
ta, o, a	6,6,4 (16)
ta, o, a	6,6,4 (16)
ye	6

(d) Shairi hili ni la bahari ya kikwamba. Thibitisha.   (alama 2)

Ni kikwamba kwa sababu neno moja, 'ulimi ndilo limetumiwa kuanzia sio tu kila ubeti bali hata kila mshororo.

(e) Andika ubeti wa nne kwa lugha ya nathari. (alama 4)

Asiye na msimamo thabiti hubadilika kama kinyonga. Maneno yasiyo ya kweli huhadaa. Maneno ya asiyejali yaweza kuleta balaa. Hii ndio kazi ya lugha/ ulimi.

(f) Eleza maana ya maneno haya kama yalivyotumiwa katika shairi hili. (alama 2)

   (i) Wangwana (ub. 1) – wastahifu; walio na adabu na heshima

   (ii) Huchongea. (ub.3) – hufitiri.

19. Soma shairi lifuatalo kisha ujibu maswali yanayofuata.

UKUBWA JAA

1

Dunia yetu dunia, watu wanakufitini,
Dunia huna udhia, watu wanakulaani,
Dunia huna hatia, wabebeshwa kila zani,
Dunia unaonewa, umetenda kosa gani!

2

Dunia umenyamaza, umetua kwa makini,
Dunia vitu 'mejaza, watu wanataka nini?
Dunia wanakucheza, insani maliuni, Dunia
unaonewa, umetenda kosa gani!

3

Dunia mtu akose, hukutia mdomoni,
Dunia hebu waase, hao watu mafatani,
Dunia chuki mpuse, muipate afueni,
Dunia unaonewa, umetenda kosa gani!

4

Dunia una lawama, za uongo si yakini,
Dunia wanokusema, ni manjunju si razini,
Dunia huna hasama, waja ndio kisirani,
Dunia unaonewa, umetenda kosa gani!

5

Dunia kuharibika, hayo amezusha nani?
Dunia watu humaka, hao wanaokuhini,
Dunia umejazika, kila tunu ya thamani,
Dunia unaonewa, umetenda kosa gani!

6

Dunia unatulisha, bwerere bila undani,
Dunia unatukosha, maji tele baharini,
Dunia unaotesha, mimea tosha shambani,
Dunia unaonewa, umetenda kosa gani!

7

Dunia hujageuka, tangu umbwe na manani,
Dunia watu ndo nyoka, mahaini na wahuni,
Dunia una Baraka, mwenye pupa hazioni,
Dunia unaonewa, umetenda kosa gani!

MASWALI / MAJIBU

(a) "Mbaazi ukikosa maua husingizia mvua au jua."Thibitisha ukweli wa methali hii kwa kuzingatia yale yanayasemwa katika shairi hili huku ukihusisha maana ya kichwa cha shairi. (alama 6)

Ni tabia ya viumbe, hasa binadamu, kutafuta visingizio vya kuelezea ni kwa nini wameshindwa kuutimiza wajibu wao. Tunasisitiziwa ya kwamba dunia hulaumiwa na kusingiziwa uovu wa kila aina na watu wahuni.

Mshairi amethibitisha ya kwamba dunia huonewa tu, haijatenda kosa lolote.

Vilevile, katika nchi au hata katika shule, jambo lolote likiharibika kiongozi ndiye huaumiwa kama ukweli wa methali, 'ukubwa ni jaa', unavyodhihirisha.

Maana ya ndani ya methali hii ni kuwa mtu anapotakiwa afanye jambo na asijishughulishe ipasavyo, akishindwa kufaulu hutafuta vijisababu vya kumtakasa kwa kuwa singizia watu wengine au mambo mengine kuwa ndio yaliyomfanya asifanikiwe.

b) Kwa nini watu hutupia dunia lawama zote? (alama 2)

Ni kwa vile hawataki kulaumiwa kwa kasoro au maovu yao, binadamu hutafuta
kisingizio na kutaka dunia ilaumiwe kwa kasoro zake.

(c) Shairi hili linadhihirisha hulka gani ya mwanadamu? (alama 2)

Kwanza, mwanadamu hutafuta visingizio kila anaposhindwa kutekeleza
ipasvyo wajibu ipasavyo. Mwanadamu lazima ajaribu kujikomboa kutoka
kwa uovu wake ambao unamfanya au ungamfanya alaumiwe badala ya
kujisingizia kwa kisichokuwa na uwezo wa kujitetea.

(d) Eleza arudhi zilizofuatwa katika kutunga shairi hili kwa kuzingatia vina, mizani,
uhuru wa ushairi, bahari.   (alalam 5)

Ni la bahari ya ukara. Vina vya kipande kimoja (ukwapi)
vinabadilikabadilika lakini vya kpande kingine (utao) vinafanana tangu
ubeti wa kwanza hadi wa mwisho.

Ni la kikwamba. Neno moja, 'Dunia', limetumiwa kuanzia sio tu kila
ubeti bali pia kila mshororo katika kila ubeti.

Shairi hili ni la mkarara/kipokeo kwa sababu kibwagizo chake
kinakaririwakaririwa- 'Dunia unaonewa, umetenda kosa gani!

Kila mshororo una mizani kumi na sita, nane kila kipande. Aidha, ni la
tarbia kwani lina mishororo minne katika kila ubeti.

Kwa upande wa uhuru wa mshairi, mtunzi ametumia mazida,yaani uhuru wa
kurefusha neno ili kutosheleza mizani auvina.Ameandika 'insani' badala ya 'insi'.

Aidha, ametumia ritifaa. Hii ni mbinu ya kufupisha neno ili kutosheleza
mizani kwa kutumia alama ya ung'ong'o, ndipo akaandika 'mejaza (ub.
2) badala ya umejaza.

Msanii pia ametumia inkisari. Hii ni kunga ambayo kwayo neno
hufupishwa kitaalamu ili kutosheleza mizani. Ameandika
'wanokusema' (ub.4) badala ya wanaokusoma.,'

(e) Eleza maana ya msamiati uliopigiwa msitari kama ulivyotumika katika
Shairi.(alama 5)

   (i)   Zani (ub 1) - balaa.
   (ii)   Mafatani (ub. 3) – wafitini.
   (iii) Manjunju (ub. 4) – wendawazimu.
   (iv)   Bwerere (ub. 6) – tele, bure.
   (v)   Insani (ub. 2) – binadamu/watu/waja

20. Soma shairi lifuatalo kisha ujibu maswali.

JUZI NA JANA SI LEO

1. Ewe mwanati zinduka, usingizi uleleo,
   Upate kunipulia, haya yangu kwa <u>kituo</u>,
   Na iwapo kutoshika, basi tena ni weleo,
   Juzi na jana si leo, zigeushiye zamani.

2. Zinduka utafakuri, uwate ushishiyeo,
   Uvivu <u>usikughuri,</u> Jitenge usende nao,
   Ukiandama <u>usiri,</u> utapitwa na wendao,
   Juzi na jana si leo, zigeushiye zamani.

3. Hela onyo moyo wako, ukiri la malekoo,
   Utizame na wenzako, wendavyo maendeleo,
   Na wewe upange yako, uwe mbele kama
   wao, Juzi na jana si leo, zigeushiye zamani.

4. Iwapo hutojipinda, kutaka maendeleo,
   Wenye yao 'takushinda, wakuwate nyuma yao,
   Ubaki kuuma <u>vyanda,</u> kama wale wajutao, Juzi
   na jana si leo, zigeushiye zamani.

5. Ambaye hashughuliki, kuwa mema
   maendeleo, Na akawa ashiriki, uvivu alionao
   Basi huwa heshi dhiki, wala hawi na kituo
   Juzi na jana si leo, zigeushiye zamani.

6. Dunia yetu hakika, kwa wakati taonao, Aso
   kamba ya kushika, katika maendeleo, Jina
   lakwe huanguka, kikamshuka na cheo, Juzi
   na jana si leo, zigeushiye zamani.

7. 'Takupa mfano shika, ufikiri kwa kituo, Yeyote
   mwenye kutaka, kulima awe endao, Aketipo
   huenuka, kisha 'kenda muda huo,

Juzi na jana si leo, zigeushiye zamani.

8. Kaditamati shairi, sineni mengi kwa leo,
   Jina langu mashuhuri, mtungaji kwa <u>kituo</u>,
   Ni Ahmadi Nasiri, Juma Bhalo nitajwao,
   Juzi na jana si leo, wanati zinduwanani.

MASWALI / MAJIBU

(a) Shairi hili ni la bahari gani?   (alama 2)

Ni la tarbia. Lina mishororo minne katika kila ubeti.

Ni la ukara. Vina vya ndani vinabadilikabadilia lakini vya nje vinafanana kuanzia ubeti wa kwanza hadi wa mwisho.

(b) Eleza maudhui ya shairi hili (alama 2)

Mtunzi anazungumzia umuhimu wa kufanya kazi kwa bidii ili kujiendeleza.

Anaonyesha hasara ya uvivu ambayo ni kubaki nyuma kimaendeleo.

(c) Huku ukitoa mifano, eleza matumizi ya:

(i) Mazida   (alama 2)

Mazida ni kurefusha neno ili kutosheleza mizani au vina. Mifano katika shairi hili: Mwanati (ub 1) – mwananchi.

Wanati (ub.8) – wananchi.

(ii) Inkisari. (alama 2)

Inkisari ni uhuru wa kufupisha neno ili kutosheleza mizani na pengine vina. Kuna mifano maridhawa katika shairi hili.

Usende – usiende, malekeo –

maelekeo, Heshi – haishi, aso – asiye

Wendao – waendao, usende– usiende

(d) Ni methali gani inayorejelewa katika ukwapi wa kibwagizo cha shairi hili? (alama 2)

Methali inayorejelewa ni 'Yaliyopita si ndwele, ganga yajayo, au 'Ya kale hayapo.'

(e) Eleza ujumbe unaojitokeza katika ubeti wa saba. (alama 2)

Kwamba yeyote atakaye kutembea ni lazima ainuke kutoka alipoketi na kuanza kwenda mara moja.

(f) Uandike ubeti wa nne kwa lugha ya nathari. (alama4)

Iwapo hutajitatiza kutaka maendeleo, wenye maendeleo watakushinda, ubakie nyuma yao. Utabaki ukijuta kama wale wengine wanaojuta. Kila siku huwa tofauti (juzi na jana si leo); mambo ya zamani hubadilika.

(g) Eleza maana ya msamiati ufuatao kama ulivyotumiwa katika shairi. (alama 4)

  (i) Usikughuri – usikudanganye

 (ii) Usiri – uchelewevu wa kutenda jambo; uajizi

(iii) Vyanda – vidole

(iv) Kituo – makini, kina, utulivu.

21. Soma shairi lifuatalo kisha ujibu maswali yanayofuata.

1

Uache kuhadaika, kwa haraka umaizi,
Soma na kuelimia, ili upate ujuzi,
Upate kunufaika, uepuke na upuzi.

2

Uepuke ya upuzi, uwe mtu wa
dunia Elimu kitu <u>azizi</u>, asiyejua ni
nani? Kuanzia ya malezi, hadi
elimu chuoni 3

Hadi elimu chuoni, ulifinze ya maana
Uepuke ujingani, ujahili sio ungwana,
Na elimu nyumbani, jifunze toka ujana.

4

Jifunze toka ujana, kutokana na wazazi,
Ujue vyema kunena, tena uwe msikizi, Na
adabu shikamana, uwache ya ubazazi.

5

Uwache ya ubazazi, upate kutimilia na
kila, Na kila lenye <u>ajizi,</u> uvivu kuuchukia,
Pia pambo la kivazi, usafi
kuutumia 6

Usafi kuutumia, wa nguo hadi wa mwili,
Ushike na ya sheria, ibada yake <u>jalali,</u>
Na elimu ya dunia, ujifunzd kila hali,

7

Ujifunze <u>kulihali,</u> hapa ndipo kituoni,
Hakuna kitu cha mali, kama elimu jamani,
Ya dini ya awali, ya pili ni ya dunia

MASWALI / MAJIBU

(a) Andika anwani mwafaka ya shairi hili
(alama 2) Elimu

(b) Onyesha jinsi mtunzi wa shairi hili alivyofaulu katika uzingatia arudhi za utunzi wake. (alama 6)

Amesawazisha mizani katika kila mshororo na beti zote kwa jumla . Kuna idadi sawa ya mishororo katika kila ubeti.

Amesawazisha mizani katika kila kipande na kila mshororo (8,8) . Kila ubeti limegawa vipande viwili- ukwapi na utao.

(c) Kulingana na shairi hili, elimu ina umuhimu gani? (alama 5) Kwanza,kupitia elimu mtu hupata ujuzi.

Pili, elimu humwepusha mtu na upuuzi na ujinga Tatu, elimu humfanya mtu kujua usafi

Nne, humwezesha mtu kupata kazi Tano, elimu humjuza dini

Sita, kupita elimu mtu hijua kuzungumza kistahifu.

(d) Andika ubeti wa nne katika lugha nathari.   (alama 4)

Mtunzi anahimiza msomaji ajifunze tangu anapokuwa kijana mdogo, apate elimu ya kujua kuzungumza kutokana na wazazi wake. Elimu hii kutoka kwa wazazi itamfanya mtu kuwa na adabu na heshima.

(e) Eleza maaana ya maneno yafuatayo kama yalivyotumiwa katika shairi. (alama 5)
  (i)   Kuhadaika (ub.1) – kudanganyika
  (ii) Azizi (ub. 2) – Nzuri
  (iii) Jalali (ub. 6) – Mungu / Mola.
  (iv) Kulihali (ub 7) – kwa kila hali
  (v)   Ajizi (ub. 5) – Uvivu/ ukunguni / ubwete.

22. Soma shairi lifuatalo kisha ujibu maswali yanayofuata.

MTEGO

1. Kalamu tungali nazo, usambe zimekatika,

Tuyaonapo mauzo, kujibu hatuna shaka,

Matumbo na mageuzo, Si yenye kutuzunguka,

Mtego ulomshika, kesho utashikwa wewe.

2. Kesho utashikwa wewe, mwenzio ulomshika,
   Ghafula usijuwe, mtego umefyatuka,
   Na jina baya upewe, usitake ukitaka,
   Mtego ulomshika, kesho utahikwa wewe,

3. Tumeudhika wenzio, kwa yale ulotamka,
   Washangilia kilio, nduguyo kilomfika,
   Wampigia havio, hadharani wameheka,
   Mtego ulomshika, kesho utashikwa wewe,

4. Mila na sheria zetu, zakataza kujicheka,
   Na wewe umethubutu, makala kuyaandika,
   Jikumbuko mwanakwetu, au umeghafilika,
   Mtego ulomshika, kesho utashikwa wewe.

5. Sisi twaona aibu, na wewe washereheka,
   Nduguyo umemsibu, kwa jambo liso hakika,
   Na hii ndiyo sababu, kusahau ulotoka,
   Mtego ulomshika, kesho utashikwa wewe.

6. Kaditamati furaha, isije ikapunguka,
   Ikasababisha siha, ulonayo kuyeyuka,
   Ufanyiwe na mzaha, wakati waaibika,
   Mtego ulomshika, kesho utashikwa wewe.

MASWALI / MAJIBU

(a) Kwa maneno yako mwenyewe, fafanua maana ya kibwagizo cha shairi hili,
   "Mtego ulomshika, kesho utakushika wewe." (alama 2)
   > Yaliyompata mwenzako leo yatakupata wewe kesho. Leo ni yeye na
   > kesho ni wewe.
(b) Eleza vina vya ubeti wa kwanza wa shairi hili (alama 2)
   > Mpangilio wa vina: zo, ka   a-b
   >   zo, ka   a-b
   >   zo, ka   a-b
   >   ka, we   b-c

(c) Andika ubeti wa tatu kwa lugha ya nathari. (alama 4)

Tumeudhika kwa matamshi yako. Unashangilia maafa yaliyomfika ndugu yako; unamcheka waziwazi hadharani lakini kumbuka kuw yaliyompata yeye siku moja yatakupata wewe.

(d) Thibitisha kuwa shairi hili linaweza kutumiwa kama onyo na ushauri. (alama 4)

Shairi hili linaweza kutmiwa kama onyo kwa watu ambao huwachekelea wenzao baada ya kufikwa na msiba fulani.Wengine hushangilia na kusherehekea wenzao wakiwa mashakani. Wanaonywa dhidi ya tabia hii potofu.

Mshairi anawashauri kwa kuwakumbusha kuwa hata wao siku moja watapatikana na maafa yayo hayo.

(e) Kuna baadhi ya maneno yaliyotumiwa na msanii kwa njia ya mkato. Taja maneno matatu na ueleze kwa nini yametumiwa hivyo

(alama 4) Ulomshika (ub. 5) – uliomshika

Ulotamka (ub. 3) – uliotamka

Kilimfika (ub 3) – kilichomfika.

Maneno haya yamefupishwa kwa minajili ya kutosheleza idadi ya mizani (inkisari) katika kipande husika na mshororo kwa jumla. Kama angeandika inavyostahiki basi mizani katika mishororo hiyo ingekuwa mirefu kuliko mishororo mingine na hivyo kuathiri mizani na vina.

(f) Eleza maana ya maneno haya kama yalivyotumiwa

(alama 4) Umefyatuka (ub.2) – kuteguka

Umeghafilika (ub.4) – umesahau

Washereheka (ub. 5) – washerehekea

Kaditamati (ub. 6) – nafika mwisho.

23. Soma shairi lifuatalo kisha ujibu maswali yanayofuata.

AJALI BARABARANI

1.Ajali si jambo bora, kutukia kwa yeyote,
  Huathiri kila mara, jamii na watu wote, Hebu
  wacha masihara, sijesakamwa na mate,
  Dereva kuwa makini, mbona watuhatarisha.

2.Ajali nyingi hujini, kwa mso mwangalifu,
  Mtu hataki kukiri, ulevi naye ni kufu,
  Yualipeleka gari, na mawazo yako dufu,

Dereva kuwa makini, mbona watuhatarisha?

3. Umepata dereva, gari kupeleka kasi,
   'Ngadhani mamba haiva, ahera, pamoja nasi,
   Kaonyesha udereva makini, kuvuma kwa pepe
   kusi, Dereva kuwa makini, mbona watuhatarisha?

4. Sishutumu dereva tu, bali na wapita njia,
   Akili kuwa ja butu, 'toheshimu barabara, Yu
   mbioni kutukutu, na fikiraze kalala, Dereva
   kuwa makini, mbona watuhatarisha?

5. Basi sikuyo katimu, hiyo ya barabarani, Hujui
   na wapi mumu, wala yalijini kwani, Viungovyo
   kutodumu, vilivyokote mwilini Dereva kuwa
   makini, mbona waut hatarisha?

6. Watoto wao wabaki, bila mzazi yeyote,
   Yatima kindakindaki, na pia wajane wote,
   Maisha hayanunuliki, kwa soko lolote kote.
   Dereva kuwa makini, mbona watuhatarisha?

7. Nami ustadhi bara, sinalo la kufanyani,
   Kupoteza ua bora, la waridi ajalini,
   Kutafuta na kuvara, sijui tapata lini,
   Dereva kuwa makini, mbona watuhatarisha?

8. Sote twajua kwa kweli, ajali haikingiki,
   Mbona sifikiri mbali, tuwe hakika kikiki,
   Tusija tukakubali, jiletea taharuki,
   Dereva kuwa makini, mbona watuhatarisha?

9. Quaditamati khabari, nabaki humu kimyani,
   Ukiitaka habari, Isome humu betini,
   Sitaki kutaashiri, Qudusi kayaffuani, Dereva
   kuwa makini, mbona watuhatarisha?

MASWALI/ MAJIBU

a) Taja visababishi vinne vya ajali barabarani kulingana na shairi hili
(alama 4) Kukosa uangalifu (ub 2)

Majigambo (dereva kuonyesha ubingwa wake)

(ub.3) Kuendesha gari kwa mwendo wa kasi (ub. 3)

Ulevi mwingi (ub 2)

Wapita njia kutoheshimu barabara.

(ub.4) Mawazo mengi (ub.2)

(b) Katika shairi hili kuna maneno ambayo hayajaandikwa kisarufi. Taja mifano
minne. (alama 4)

Sikuyo (ub.5) – siku yako – sifikiri (bu) – tusifikiri

Ngadhani (ub.5) – ungedhani – jiletee (ub. 8) – kujiletea

'toheshimu (ub.4) – kutoheshimu sishutumu (ub) –
usishutumu. Wabaki (ub.6) – wanabaki – sinato (ub 7) – sina

.(c) Chambua ubeti wa sita ukizingatia bahari, mizani, vina na mishororo na
vipande. (alama 4)

Lina mishororo minne.

Ubeti huu una mizani kumi na sita (8,8) katika kila
mshororo Mpangilio wa vina:

> ki-te
> ki-te
> ki-te
> ni-sha

Limegawa vipande viwili – ukwapi (kipande cha kwanza) na utao
(kipande cha pili).

(d) Andika ubeti wa tano kwa lugha ya nathari. (alama 4)

Siku yako inaweza kutimia barabarani. Huenda usijue yatatokea wapi na kwa
namna gani, na viungo vyako vya mwili kuharibiwa. Dereva inafaa uwe
mwangalifu ili usituhatarishie maisha.

(e) Kwa nini maneno haya yamefupishwa? (alama 1)

  (i) Sikuyo (ub.5)

  (ii) Viungovyo (ub.5)

Yamefupishwa ili kutosheleza idadi ya mizani inayohitajika.Kisahihi, <u>sikuyo</u> ingalikuwa siku yako na <u>viungovyo</u> kuwa viungo vyako.

(f) Taja jina la Mungu lililotajwa katika shairi hili.

(alama1) Quadusi (ubeti 9)

(g) Taja athari mbili zinazosababishwa na madereva kukosa makini.

(alama 2) Kifo.

Kuathiri viungo vya
mwili. Uyatima.

Ujane.

24. Soma shairi lifuatalo kisha ujibu maswali yanayofuata.

1.Ameumbwa mwanadamu, kwa lililo zuri umbo,
  Bali si wote fahamu, waliyo na sawa mambo,
  Wako waliyo timamu, na wengineyo wa kombo,
  Na mtu kuwa na tumbo, si kwamba mekamilika.

2.Kuna walo mafidhuli, lugha yao ni matango, Na
  kuna wenye kauli, zisizokuwa na ushingo,
  Kuna kwake kwa wavuli, vipofu na wenye tongo,
  Na mtu kuwa na shingo, si kwamba mekamilika.

3.Kuna waho na fikira, na wenye vibovu vitwa,
  Kuna walo na subira, husubiri kucha kutwa,
  Wengine tabiya bora, hino hawanayo katwa
  Na mtu kuwa na kitwa, si kwamba mekamilika.

4.Kukamilika kwa mja, ni mbali na kwa Moliwa,
  Kwa mja nitakutaja, ili upate kwelewa,
  Ni kufikiya daraja, kile alichoumbiwa,
  Hapo ndipo huambiwa, mja amekamilika.

5.Aiyelewe duniya, kwa marefu na mapana,
  Azipite zile ndiya, za miba mitungu sana,
  Avuke bahari piya, zilo na virefu vina, Hiyo
  ni vyangu maana, ya mja kukamilika,

6.Akishafikwa na hayo, si kwamba ndiyo akhiri,
   Lazima awe na moyo, wa kuweza kusubiri,
   Kuyasubiri ambayo, yote yatayomjiri,
   Kama huyo 'tamkiri, ni mja mekamilika.

MASWALI / MAJIBU

(a) Kwa kuzingatia shairi hili, fafanua mambo muhimu yanayomfanya mtu kuwa na utu.(alama 5)

Mambo yanyomfanya mtu kuwa na utu ni kama vile kutokuwa fidhuli, kuelewa dunia na shida zake ili kukabiliana nayo. Aidha, anapaswa kuwa na subira na kuwa na fikra nzuri. Anapaswa pia kuwa na fikra nzuri. Isitoshe, anapaswa kuwa na ukamilifu wa kufikia kile daraja alichoumbiwa. Mja mwenye utu anapaswa kuwa na tabia nzuri na kuwa na kauli zilizokamilika.

(b) Kuna uhusiano gani kati ya 'vibovu vitwa,' tabiya bora,' na mtu kuwa na kitwa' katika ubeti wa tatu? (alama 4)

Tabia mbaya inalinganishwa na tabia nzuri: kuwa kuna watu walio na tbia mbaya na wengine walio na tabia nzuri. Hawa wote wana kiungo kiitwacho 'kichwa'. Kuwa na kichwa si kule kuwa na kiungo cha mwili tu bali ni kukitumia kwa fikra bora.

(c) Msanii anakiri nini kuhusu mja? (alama 4)

Kwanza, mja hawezi kuwa mkamilifu kama Mungu (ub 4) "Kukamilika kwa mja, ni mbali na kuwa Moliwa.

Pili, yeye hufikia kiwango cha ukamilifu alichoumbiwa na Mungu: "Ni kufikya daraja, ile aliyoumbiwa." (ubeti wa 4)

Tatu, ili kufikia ngazi hii, awe amepitia na kuvumilia majaribu mengi: "Azipite zile ndiya, za miba mitungu avuke bahari piya, zilo na virefu vino (ub 5)

Mwisho, msanii anakiri kuwa binadamu anaweza kuwa na kichwa (kiungo) lakini akapungiwa kuwa na fikra nzuri.

(d) Eleza maana ya maneno haya kama yalivyotumika katika shairi. (alama 3)
   (i) Wavuli (ub. 2) - Wanaume
   (ii) Katwa (ub. 3) – Kamwe (hata kidogo,katu, asilani, kabisa)
   (iii) Akhiri (ub. 6) – Mwisho (tamati, hatima, kilele, kikomo)

(e) Andika ubeti wa 5 kwa lugha ya nathari. (alama 4)

Mtu aliyekamilika ni yule anayeelewa dunia kwa kinagaubaga. Ni yule mtu ambaye amejifunza mengi na amepata shida za kiulimwengu na akazishinda.

25. Soma mashairi haya kisha ujibu maswali yanayofuata.

<u>SHAIRI 'A'</u>

1

Tajiri hajali duni, mnyonge mtu fakiri, Duni
wa hali ya chini, shaibu ama saghiri,
Humuita nusu nyani, na kuonyesha kiburi,
Utajiri ni Khamuri, baadhi yao hulewa.

2

Baadhi yao hulewa, hulewa kuwa chakari,
Hawajali wakiwa, hutoa zao jeuri,
Huona wanao mbawa, za kuruka kwa fahari,
Utajiri ni Khamuri, baadhi yao hulewa.

3

Wengine ni wafadhali, matajiri wenye kheri,
Maskini huwajali, na kumwogopa Khahari,
Wengine ni mafidhuli, hupati heri ni shari,
Utajiri ni Khamuri, baadhi yao hulewa.

4

Mali ikiwaishia, dhahabu na majohari,
Usikiri hurudia, iwatokapo Khamuri,
Hubaki kulialia, awachapapo kabiri,
Utajiri ni Khamuri, baadhi yao hulewa.

<u>SHAIRI 'B'</u>

1.Akiwa na nguvu mtu, kwa mali ana
   dalili, Atajipatia vitu, kimjalia Jalali,
   Mwisho atapata utu, ufuke kuubadili, Nguvu
   ya mtu ni mali, ni mali nguvu ya mtu.

2.Kwa kesho na keshokutwa, tabadili yake
   hali, Alikuwa akisutwa, mshenzi aso akili,
   Ni jamili ataitwa, na watu watamjali,
   Nguvu ya mtu ni mali, ni mali nguvu ya mtu.

3.Ni mali ya mtu nguvu, mtu wa Rasilmali,
   Ijapo si mshupavu, nguvu hanazo za mwilini,
   Ingawa ni mlegevu, maliye itakabili,
   Nguvu ya mtu ni mali, ni mali nguvu ya mtu.

4.Itakabili maliye, kumwondoa udhalili, Japo
   hana nguvu yeye, nguvu zake ni kalili, Kwa
   ile mali ambaye, tamfanya kukamili
   Nguvu ya mtu ni mali, ni mali nguvu ya mtu.

MASWALI / MAJIBU

(a) Mashairi haya yanakinzana.Fafanua.   (alama 8)

 Mashairi haya yanazungumzia uwezo wa mali au utajiri na madhara
yake. Shairi la 'A' linaongea kuhusu matumizi ya mali kwa kusema kuwa
utajiri humfanya mtu kuwa na kiburi (ub.1) na hata kuwafanya wengine
kutomcha Mwenyezi Mungu na kuwadharau au kutowajali maskini (ub.1)
Matajiri kama hawa hujuta utajiri wao unapokwisha (ub.4)"
Mali ikiwaishia…..Usikini hurudia..Hubaki kulialia…….."
Kwa matajiri wengine, utajiri ni kama ulevi (ub 2). Mungu huwaadhibu
matajiri kama hawa kwa kuwanyang'anya utajiri huo wao wanaojivunia
"Hubaki kulialia, awachapapo Kabiri." (ub.4)
Kwa upande wa shairi la 'B' mada kuu ni umuhimu au manufaa ya mali.
Yadai kuwa mali au utajiri humletea mtu utu (ub.1). Tajiri kamwe hawezi
kuwa maskini na aliye na mali huonekeana amekamilika (ub.2), kwa
hivyo hatadharauliwa tena katika jamii-ataheshimiwa.
Nguvu za mtu ni mali. Mali humtoa mtu udhalili au unyonge na humpa ushupavu
(ub. 3). Mungu ndiye huwajalia watu mali. "Atajipatia vitu, kimjalia Jalali."(ub.1)
Kukinzana ni kupingana kimawazo au kiujumbe. Shairi la 'A' linaangazia yaliyoko
kati ya maskini na tajiri. Kunao maskini na tajiri. Kuna matajiri wanaowajali
maskini na wengine wasiowajali. Kwa haya limewagawanya watu katika makundi
mawili. Pia shairi la 'A' linaonyesha maana ya utajiri ambayo ni mali. Shairi
lenyewe halijaashiria matumaini yoyote kwa maskini. Kinyume ni katika shairi la
'B' ambalo linaonyesha kuwa utajiri si mali bali nguvu ya mtu:"Akiwa na nguvu
mtu, kwa mali ana dalili. Shairi hili linaonyesha matumaini ya hali kubadilika
endapo fulani atatia juhudi na kuimarisha nguvu yake."Mwisho atapata utu,

ufuke kuubadili,' Shairi la 'A' linaonyesha utajiri kana kwamba ni

kileo kinachowalevya wengi ilhali shairi la 'B' linasisitiza jinsi ya kupata mali ambayo ni kuimarisha nguvu; Mwishowe ni neema ' kumwondoa udhalili'.

(b)(i) Mungu amepewa majina mbalimbali katika mashairi. Yataje. (alama 3)

Kahari (ub 3 'A')

Kabiri (ub 4 'A')

Jalali (ub 1 'B')

Rasilmali (ub.3 'B')

(ii) Eleza umuhimu wa Mungu katika mashairi haya. (alama 2)

Huwajalia watu (maskini au tajiri) nguvu/ mali waliyonayo.

Huwaadhibu wenye ufidhuli na wasiowajali wenzao. (ub.4 'A')

(c) Fafanua misemo ifuatayo kama ilivyotumiwa katika mashairi haya. (alama 2)

......hulewa kuwa chakari (ub 2'A') – ni kulewa kabisa lakini katika muktadha huu ni kuzama katika utajiri kabisa, hawana nafasi na lingine kama mlevi.

.......kwa mali ana dalili (ub 1 'B') – ni kuweko kwa ishara maalumu, yaani kuwa na nguvu ni mali. (anaonekana au anatambuliwa kwa sababu ana mali au utajiri kwa jumla)

(d) Eleza sababu mbili zilizomfanya mshairi wa shairi la 'B' kutumia neno 'kukamili' katika ubeti wa 4 (alama 2)

Amefanya hivyo ili kusawazisha jumla ya mizani katika kila mshororo, yaani 16. Kama angaliandika kukamilika' basi mizani ingekuwa 18.

Pia, amefupisha neno hili ili kuleta usawa wa vina katika utao (kipande cha pili) ambao tangu ubeti wa kwanza unaishia kwa 'li' na wala si 'ka' kama angeandika 'kukamilika.'

Mbinu hii ya kufupisha neno ili kutosheleza vina au mizanibila ya kutumia alama ya ritifaa/kibainishi huitwa inkisari.

(e) Eleza maana ya maneno yafuatayo kama yalivyotumia katika mashairi. (alama 3)

(i) Shaibu (ub.1 "A') - Mume mzee (buda)

(ii) Jamili (ub. 2.'B') – Mwema (mzuri, ataheshimiwa)

(iii) Kalili (ub 4 'B') - Kidogo, (haba).

26. Soma shairi hili kisha ujibu maswali.

SHAIRI 'A'

Nimeona, milima na mabonde, misitu na nyika,

Nimeona, majani na umande, uliotandazika,

Nimeona, mkulima yuwenda shambani.

Nimeona, uwanda wa magugu, yalomkabili,
Nimeona, wajibu na vurugu, wiano mkali,
Nimeona, mkulima akiwa tayari.

Nimeona, kwa ari na juhudi, anatupa jembe,
Nimeona, kakaza ukaidi, kwa nguvu achimbe,
Nimeona, mkulima akiwa kazini.

Nimeona, kijua kinawaka, kama jehanamu,
Nimeona, jembe lainuka, linapohujumu,
Nimeona, mkulima akiwa mbioni.

Nimeona, mvua yamiminika, nayo hatohisi,
Nimeona, kwa nani anatimka, bila wasiwasi,
Nimeona, mkulima akiwa kazini.

Na sioni, jasho linapomwaika, yendapo mazao,
Na sioni, hadhiye kutukuka, ila kilio,
Kwa nini? Nauliza mkulima: Kwani?

SHAIRI 'B'
1
Wakati miaka inaibwa mmoja mmoja,
Kurudi nyuma, kusimama, kupunguza
mwendo Siwezi, kama gurudumu
nitajivingirisha, Mtelemko mkali huu.
Lini na wapi mwisho sijui
2
Mbele chui mweusi, nyuma mwanga
Nionako kwa huzuni vifurushi maelfu vya
dhambi Kisu, maisha kafiri haya
Kama kutazama nyuma au
mbele Ni kufa moyo.

3

Kama Simba- Mtu shauri nimeata
Nyuma sana nisijali, ya mbele sana
niyakabili Kwa ujasiri na uangalifu
nitazunguka Nikifuata-kamba kama ng'ombe
aliyefungwa Kila mpigo wa moyo wangu,
Huu mpigo muziki wa maisha.

MASWALI / MAJIBU

(a) Onyesha tofauti zinazodhihirika katika mashairi haya kwa upande wa umbo/muundo. (alama 5)

Shairi la 'A' ni la bahari ya ukawafi kwa sababu vina vyake vimegawanywa vipande vitatu. Shairi la 'B' limegawanya hapa na pale vishaghalabaghal na hata kuogawanywa kabisa.

Shairi la 'A' ni la tathlitha kwa sababu lina mishororo mitatu katika kila ubeti. Shairi la 'B' nalo limechanganya beti za aina mbalimbali. (takhmisa na tashilita). Mchanganyiko wa beti mbalimbali huitwa sakarani.

Shairi la 'A' lina jumla ya beti sita lakini lile la 'B' lina beti tatu tu.

Shairi la 'A' lina kikwamba, yaani neno la aina moja kutumiwa kuanzia ama kila mshororo au kila ubeti. Hakuna utaratibu kama huu katika shairi la 'B'

Kwa upande wa shairi la'A' tunaona kuwa mizani yake ina mwelekeo au dalili ya mwelekeo, shairi la 'B' halina utaratibu wowote wa kimizani.

(b) Taja na ufafanue tamathali tatu kutoka katika kila shairi. (alama 3)

Katika shairi la 'A' kuna balagha (maswali yasiyohitaji majibu kwani majibu yao ni bayana.) Unajitokeza pale mtunzi anapouliza: Kwa nini?

Aidha, ametumia tashibiha (kulinganisha au kufananisha kitu kimoja na kingine kwa kutumia maneno yanayoonyesha kulinganisha au kufananisha) anapoandika: kijua kinawaka kama jehanamu."

Isitoshe, ametumia takriri, yaani kurudiarudia neno fulani. Ameanzia kila mshororo katika kila ubeti kwa neno 'Nimeona".

Ametumia pia kinaya, yaani kinyume cha mambo au matarajio anaposema kuwa mkulima amejizatiti katika kazi yake lakini haoni mazao, kwa hivyo ni sawa na kupoteza wakati wake katika kazi hiyo. Tunasoma kuwa 'Jembe lainuka' (ub. 5) Hapo jembe limepewa sifa ya kuweza kuinuka. Hizi ni sifa za viumbe vyenye uhai na wala si vya kuundwa kama jembe. Tamathali hii huitwa tashihisi au uhuishi ama uhaishaji.

Kwa kutokomea hapo, mtunzi pia ametumia nahau (ub. 3) kwa kusema 'kakaza ukaidi'. Ni kule kukataa kuwa makaid, kuranya unayostahiki.

Kwa kurejelea shairi la 'B' mtunzi ametumia tamathali ambazo nazo pia si haba. Ametumia msemo kwa kuandika 'kufa moyo' (poteza matumaini) (ub. 2) au hata kata ushauri. (ub. 3)

Ametumia chuku au iblagh, tamathali ya kutilia chumvi maelezo anaposema 'Nionako kwa huzuni vifurushi maelfu ya dhambi (ub 2) vifurushi maelfu ya dhambi ni chuku.

Ametumia tashbihi (a), yaani kulinganisha kwa kutumia maneno ya linganishia anapoandika 'kama samba- Mtu' (ub. 3), 'Kama ng'ombe aliyefungwa' (ub 3)' Kama gurudumu' (ub. 1)

Fauka ya hayo, ametumia tamathali ya utohozi au uswahilishaji ambako ni kulipa tamko la Kiswahili neno la kigeni anapoandika 'muziki' (ub. 3). Neno hili limeswahilishwa kutoka kwa neno la Kiingereza 'music'.

Jazanda pia imetumika. Ni kulinganisha bila kutumia vilinganishi na ina maana ya ndani zaidi. Mifano 'Kisu', mbele chui mweusi', 'kafiri (ub. 2)

(c) Ni taswira (picha inayokuja akilini/mawazoni) gani tunayoweza kuipata tunapoyasoma mashairi haya? (alama 3)

Shairi la 'A' linatupa picha ya mazingira ya shambani. Mkulima anadamka kwenda shambani na kulima kwa bidii kwa muda mrefu huku akivumilia hali ngumu kama vile mvua, jua na umande.

Katika shairi la 'B' mtunzi analinganisha maisha na gurudumu linaloteremka katika mteremjko mkali (kuzeeka kwa kasi)

Pia, wingi wa dhambi katika vifurushi- kufutata maisha hii kama ng'ombe aliyefungwa (hawawezi kuondoka).

(d) Chambua maudhui ya mashairi 'A' na 'B' kwa kutoa mifano (alama 9)

Katika shairi la 'A' tunafahamishwa kuhusu juhudi zinazofanywa na mkulima ingawa juhudi zake hazifanikiwi licha ya juhudi zake hizo za kushughulikia shamba.

Tunaona mateso zinazomkabili katika juhudi zenyewe kama vile kurauka katika umande, jua kali, mvua, kupambana na kukua kwa magugu na kutumia nguvu anapochimba/anapolima. Yote haya anayastahimili (anayavumilia).

Mkulima huyu anamwaga jasho lake katika hii kazi ya sulubu isiyokuwa na mbele – mbele iliyojaa ukavu. Hali yake haionekani kubadilika kwani hapigi hatua zozote kwenda mbele kimaisha na hapana matumaini.

Mtunzi anastaajabu kwa nini mkulima hafaidiki kutokana na jasho lake jingi alilomwaa.Hapati malipo yanayolingana na kazi aliyoifanya.

Ni shairi linalomtetea mkulima na kumkashifu anayefaidi au wanofaidi na jasho lake.

Shairi la 'B' nalo tunaweza kusema kuwa linazungumzia binadamu yeyote yule. Miaka yake ya kuishi inaibwa (tashihisi) na mifumo ya maisha yaoni majaaliwa.

Mtunzi analalamika kuhusu majaaliwa yake ambayo hayana matumaini kwani anazeeka kwa kasi sana na hakuna chochote anachopata cha kuacha jina (cha kufanya akumbukwe baadaye). Kwa hiyo amekata shauri kutojali yaliyopita na kujizatiti kuyakabili yajayo kwa ujasiri.

Kama wasemavyo wahenga, "Tusahau yaliyopita, tugange yajayo."

Mtunzi ameamua kustahimili mateso katika juhudi zake za kuikabili hiyo kesho ndiposa anasema,"mbele chui mweusi".

27. Soma mashairi yafuatayo kisha ujibu maswali.

SHAIRI 'A'

Ufuke kwa mwanadamu, sumu ya kiwiliwili,
Kwa mwanadamu ni sumu, ufuke una ajali,
Ufuke hufyonza damu, mtu akawa dhalili,
Ufuke kwa mwanadamu, sumu ya kiwiliwili.

Mfuke haombi kitu, akapewa tasihili,
Japo jozi la viatu, aombe tafadhali,
Hunyimwa na kila mtu, sipate japo akali,
Ufuke kwa mwanadamu, sumu ya kiwiliwili.
Ufuke waweza uwa, ghafla bila muhali,
Watu mkashitukiwa, katoweka Bwana Ali,
Na sanda ya kuzikwa, kupata ikawa mbali,
Ufuke kwa mwanadamu, sumu ya kiwiliwili.

Ufuke una uchungu, lakini wa afadhali,
Midhali hauna fungu, umekaa pande mbili,
Si mweusi si Mzungu, sote tunajua hili,
Ufuke kwa mwanadamu, sumu ya kiwiliwili.

SHAIRI ' B'
Siku yake atmake, ni lini atakulipa,
Hutamani atoroke, akospao pa kukopa,
Angaahidi kulipa, ufuke una kiburi.

Ufuke una kiburi, japo yeye aliapa,
Kukulipa alikiri, tena bila ya kukwepa,
Utachoka kusubiri, bado anatapatapa,
Angaahidi kulipa, ufuke una kiburi.

Barazani utafika, kwa ahadi kutupa,
Utakata mashitaka, kukosa kwake kukupa,
Barazani taitika,hakuna cha kuogopa,
Angaahidi kulipa, ufufuke una kiburi,

Hapendi kusumbuliwa, akonde baki mifupa,
Hapendi kuchukuliwa, mara huko mara hapa,
Apenda kufarijiwa, hali njema kunenepa,
Angaahidi kulipa, ufuke una kiburi.

MASWALI / MAJIBU

Dhana ya ufuke imedhihirishwaje katika mashairi haya mawili? (alama 20)
Shairi la 'A' lasema kwamba umaskini hudhoofisha afya. "Ufuke kwa
mwanadamu, sumu ya kiwiliwili'(Kibwagizo).
Maskini kwa desturi hakopeshwi kwa urahisi. Anasema, 'Mfuke
haombi kitu, akapewa tasihili,' (ub. 2)
Aidha, maskini anaweza kufa ghafla – Ufuke waweza uwa, ghafla bila
muhali, 'Watu wakashitukiwa, kataweka Bwana Ali." (ub. 3)
Maskini hata nguo ya kuzikwa (sanda) ni vigumu kuipata…..."Sanda ya
kuzikwa, kupata ikawa mbali" (ub. 3)
Mwanadamu yeyote anaweza kuwa maskini, awe Mzungu au Mwafrika.
Umaskini haubagui rangi au taifa. (ub.4)
Umaskini una uchungu: "Ufuke una uchungu….." (ub. 4) Kwa kurejelea shairi la
'B' dhana ya ufuke linadhihirika tunaposoma kuwa maskini (mfuke) anapokopa
deni hawezi hata kupata mkopo kwa sababu hakuna mtu atakayemkopesha.

Umaskini unamfanya mtu kuwa mjeuri akawa akikopa kwako utachoka kusubiri akulipe. (ub.2)

Maskini analaghai kwani anapokopa anahidi kuwa atalipa lakini kumbe ni ahadi ya uongo tu (ub.2)

Maskini hata haogopi kushitakiwa kortini (ub.3)

"Barazani (kortini) taitika, hakuna cha kuogopa."

Na mwisho, maskini hapendi kusumbuliwa bali angetaka kufarijiwa (ub.4) "Hapendi kusumbuliwa………….

Hapendi kuchukuliwa………..mara huko mara hapa, Hapendi kufarijiwa……….."

28. **Soma shairi hili kisha ujibu maswali yanayofuata.**

SIWE

1. Siwe ulosema jana, ya kuwa u
   mashuhuri? Yakuwa wajuwa sana,
   haidha huna kiburi Nchini wajulikana,
   mwanasiasa mahiri Bungeni tukuajiri?

2. Siwe ulotushawishi, kwa chumvi na kwa
   sukari, Na matamu matamshi, ukaziteka
   suduri, Ukanena penye moshi, moto ndiyo
   yakwe siri, Nawe ndiyo hiyo nari?

3. Siwe ulojita moto, uwakao biribiri,
   Kamba taita fakuto, litakaoleta
   kheri, Utatufunua mato, maisha
   yawe mazuri, Tukupe kura waziri?

4. Siwe ulosema hayo, na mengi
   ukabashiri, Ukamba wafata nyayo,
   nyazo ziso utiriri, Tusiwe na wayawayo,
   wa kufikirifikiri Tuachie ujari?

5. Siwe tulokuinua, mabegani kama mwari,
   Tungawa twalemelewa, waume tukaasiri,

Kamba tukikuchaguwa, mema kwetu yatajiri,
Tukaketi kusubiri?

6. Siwe ulotugeuka, kwamba leo u
   waziri, Wajiona 'melimika, tena ukawa
   ayari, Walaghai ukicheka, ukuu
   umekughuri, Leo 'mekuwa hodari?

7. Siwe uliyetugura, ukafunga na
   safari, Ukaelekea bara, kwa wenzio
   matajiri, Ukatuacha majura, na
   tama kukithiri, Kanama ushaghairi?

8. Siwe ulojawa raha, za hino yetu sayari,
   Ukawa ja vile shaha, hatukupati shauri,
   Kutuona ni karaha, wakatiwo twahasiri,
   Ushakiya msitari?

9. Siwe uliyetuasi, ukenda pasi kwaheri?
   Mbona hutwambii nasi, tukajua yetu
   shari, Leo una masidisi, husemi na
   aso gari, Ndio mezidi jeuri?

10. Siwe lotwaamgwisho, ukawa wajifakhiri,
    Chenye mwanzo kina mwisho, hilo wajuwa
    dhahiri, Vyaja kutoka vitisho, kwani hayo si
    dahari, Mambo mengi mdawari?

11. Siwe utakayeiza, mwishowe ukithiri,
    Siku utayoteleza, kuja kwetu ansari,
    Kuja kutubembeleza, kwa nyunga nalo
    khamri, 'Tanya nazo nadhiri?

MASWALI / MAJIBU
(a) Eleza umbo la shairi hili. (alama 4)
    Tarbia: Mishororo minne kila ubeti.

Kikwamba: Neno moja 'Siwe' limetumiwa kuanzia kila ubeti. Msuko: Kibwagizo kimefupishwa Mizani 16 kila mshororo ila msuko ambao una mizani 8 Ukara: Vina vya ndani vinabadilika, vya nje vinafanana. Jumla ya beti ni kumi na moja.

(b) Onyesha jinsi mshairi alivyotumia uhuru wa kishairi: (alama 4) Lahaja: mato (ub.3) – macho – kuswahilisha: masidisi

Inkisari (kufupisha kutosheleza mizani/vina)-Siwe-Si ni wewe 'ulosema-uliyesema, wafata- wafuata.

Ritifaa (alama ya ung'ong'o): 'melimia-umeelimia

Tabdila (herufi ya ziada bila kuathiri mizani) Wajuwa – wajua

Mazda (kurefusha ili kupata vina au kutosheleza mizani). Hutwambii-hutwambi

(b) Mwanasiasa anayezungumziwa anatoka pwani au bara? Thibitisha. (alama 2) Anatoka pwani. Aliwatoroka na kwenda kwa matajiri wenzake bara.

(d) Eleza dhamira na maudhui ya shairi hili. (alama 4)
Mwandishi alitaka kuonyesha udanganyifu wa wanasiasa wanapowania ubunge. Wanatoa ahadi za uongo kusudi wachaguliwe,kisha wanawapuuza waliowachagua. Wanajinufaisha wao wenyewe.
Maudhui ya hongo yanajitokeza: Wapiga kura wanahongwa kwa chumvi na sukari.

Aidha, unafiki pia unajitokeza. Wakisha kuchaguliwa, wabunge hawatimizi ahadi walizozitoa wakati wa kutafuta kura.

(e) Eleza matumizi ya maneno haya kama yalivyotumiwa katika shairi. (alama 6)
   (i)   Nari- moto.
   (ii) Ansari- wapiga kura
   (iii) Wakatiwo twahasiri- wakati tunapotaabika
   (iv) Ujari – usukani(v) Ayari- mwongo
   (vi) Uliyetugura – uliyetutoroka.

(e) Taja na ufafanue tamathali ya usemi iliyotawala katika shairi hili.
      Balagha (maswali ambayo majibu yake ni bayana). Mfano:
      Siwe ulosema jana, ya kuwa u mashuhuri?

29. Soma shairi hili kisha ujibu maswali.

1.Mkono inuka, inuka hima, twaa kalamu,
  Upate ya'ndika, kwa khati njema, hino mudhuru,

Ipate someka, wenye kusoma, waifahamu.

2. Kuandika anaza, anza sikawe, mkono wangu,
   Na mimi naanza, nao wajuwe, waja wenzangu,
   Wapate jitunza, salama wewe, hawa ndu zangu.

3. Mja sikudhani, sikudhaniya, 'tanigeuka,
   Nikaamini, hafikiriya, hatateguka,
   Kumbe mwafulani, hakuzoweya, kuaminika,
   Nishabaini, ingawa baya, lishnifika.

4. 'Menitenda kisa, kisa adhimu, mja mcheni,
   'Mezinduka sasa, n'shafahamu, najuwa kwani,
   Ni yangu makosa, najilaumu kumuamini,
   Sikuwa napasa, hata sehemu kumuamini.

5. 'Meniuwa mja, mja ni nduli, tahadharini,
   Mjaye daraja, nda kikatili, hana imani,
   Muonepo mja, kaani mbali, mujitengeni,
   Asiye akaja, kwani habali, kuhasirini.

6. Mja hana haya, haya hazimo, mwake usoni,
   Mja ni mbaya, hutimba shimo, ungiye ndani,
   Na ukisha ngiya, azome zomo, furaha gani,
   Mmoja kwa miya, ndiye hayumo, baya kundini.

MASWALI / MAJIBU

(a) Toa anwani ifaayo kwa shairi hili. (alama
     2) Mja si mwema.

(b) Eleza muundo/umbo la shairi hili (alama 4)
    Ukawafi: Limegawa vipande vitatu na kila mshororo una mizani kumi na sita (16)
        Lina kimalizio (Sabilia) kwani maneno katika kila mshororo wa
        mwisho unabadilikabadilika.
        Sakarani: Mchanganyiko wa beti mbili tofauti- tathlitha (beti mbili za
        kwanza) na tarbia (Ubeti wa tatu hadi wamwisho)
    Ukaraguni: Vina vya vipande vyote vinabadilikabadilika.

112

(c) Kutokana na shairi hili, ni sifa gani ambazo kiumbe (mja) amepewa?

    (alama 4) Haaminiki (ub.4)

    Hana imani/huruma (ub.5)

    Huwaingiza   wengine

    (ub.5) Hana haya (ub. 6)

  Ni mbaya/nduli (ub. 5)

  Huwaingiza wengine matatani

(d) Andika ubeti wa tatu kwa lugha ya nathari. (alama 4)

    Mwenzangu sikufikiria kuwa ungeniendea kinyume kwani nilikuwa nimekuamini na kudhani kwamba hutabadilika. Kumbingawa jambo baya limeshanitendekea.

(e) Kwa nini mshairi ametumia ritifaa katika baadhi ya maneno yake? Eleza (alama 2)

    Ametumia ritifaa, yaani alama ya ung'ong'o iliyo mbele au katikati yaneno ili kuonyesha kuna herufi iliyoachwa/zilizoachwa kwa madhurmuni ya kutosheleza mizani. Kwa mfano ameandika ' meniuwa(mizani minne) badala ya 'Ameniua'. (Mizani tano).

(f) Eleza maana ya maneno haya kama yalivyotumiwa katika shairi hili. (alama 4)

    (i) Mudhumu (ub.1) – utungo

    (ii) Nduli (ub. 5) – Katili

    (iii) Kuhasirini (ub. 5) – Kuwaharibu/ kuwaingiza kwenye shida.

    (iv) Hutimba (ub. 6) – Huchimba.

30. Soma shairi lifuatalo kisha ujibu maswali yanayofuata.

MWANAMWARI 1

Ulipokuwa mtoto, u mbichi maungoni,
Sura yenye meremeto, na matiti kifuani,
U kamili wa mkato, u mwari mwenye thamani,
Kumbe vile ni majuto, yalokwandama usoni?

      2
Uwendapo kwa miketo, unadunda aridhini,
Damuyo 'iwile moto, inatembea mwilini, Na
machoyo kutokuto, yanatembea hewani,
Kumbe vile ni masuto, ndio utayobaini?

      3
Ulipocheza umeta, kwa nahau na mizani,

Rubaa uliivuta, uli pekeo fanani,
Tamani nikaileta, kesho itakuwa shani,
Kumbe vile inakuita, siri ilo mafichoni?

4

Mwari usiye matata, ulinipa tumanini, Na
mbele nikaivuta, kaiweka ubavuni, Nikaota
na kuota, usile mwangu machoni, Mara
wageni 'kateta, wakutie mikononi?

5

Hata huavunja ungo, wakungwie makuchani,
Kwa nguvu bila mpango, wakafanya ushetani,
Midume yenye mipengo, yenye tabia ya
nyani, Wakuhasiri viungo, wakakuacha uduni,
Ya wapi yangu maringo, na kiburi cha zamani?

MASWALI / MAJIBU

(a) Kwa kuzingatia ubeti wa kwanza, taja sifa za anayezungumziwa na mshairi.
(alama 3) Sura yenye meremeto- umbo la kupendeza
Matiti yaliyosimama kifuani.

(b) Andika ubeti wa nne kwa lugha ya nathari (alama 5)

Mwanamke ambaye hajaolewa asiye na fujo, ulinifanya niwe na tumanini. Siku za usoni (zenye matumaini) nikaziona zinakaribia.Nikaota ndoto mfululizo ukiwa karibu nami. Wageni wakaja na tuanza kuteta na kuleta upinzani. Kumbe walikuwa wanakunyemelea ili wakushike?

(c) Shairi hili ni la bahari gani? (alama 2)

(i) Takhmisa-Lina mishororo mitano katika kila ubeti.

(ii) Ukara-vina vyandani vinatofautiana lakini vina vya nje/mwisho vinafanana ubeti hadi ubeti.

(iii) Lina kimalizio/sabilia-maneno katika mishororo ya mwisho yanabadilikabadilika kutoka ubeti hadi mwingine.

(d) Kwa kurejelea ubeti wa mwisho, taja madhila (mateso) yaliyomkumba mwanamwari anayezungumuziwa. (alama 3)

Kabla hajavunja ungo/hajawa mkubwa wa kuweza kushiriki mahaba walimshika (kumbaka).

Wakamhasiri viungo-wakamharibu mwili wake.

Walimwacha akiwa mtu duni (kupoteza heshima).

(e) Taja na utoe mifano ya mbinu za lugha na za sanaa zilizotumika katika shairi hili. (alama3)

Balagha- yalokwandama usoni?

    Tasfida- wakafanya shetani. (wakamnajisi).

    Jazanda – ndoto: matumaini

Msemo/ nahau-kuvunja ungo

Tashihisi-dumuyo.......inatembea mwilini.

(f) Eleza maana ya msamiati ufuatao kama ulivyotumika katika shairi. (alama 4)
- (i) Meremeto (ub.1) – Mng'aro
- (ii) Jamala (ub.1) – Wema
- (iii) Fananai (ub. 3) – Bingwa / fundi
- (iv) Shani (ub. 2) – Ajabu/muujiza / ibura.

31. Soma shairi lifuatalo kisha ujibu maswali.

ASHA

1. Ewe mama wapendeza, moyo wangu wanikosha,
   Penzi lako naliwaza, roho yangu ya chezesha,
   Madaha yako yaweza, haribu yangu maisha,
   Mahaba yako punguza, ewe wangu dada Asha.

2. Moyo wangu wanguza, na mawazo wazungusha,
   Viungo vyako vyacheza, umbile laburudisha, Sura
   yako yapendeza, wengi wawababaisha Mahaba
   yako punguza, ewe wangu dada Asha.

3. Babayo alikuoza, pombe zikawalewesha, Wifiyo
   katutawaza, mwili kautelezesha, Moyowe
   ukauguza, penzi likavurumisha, Mahaba yako
   punguza, wewe wangu dada Asha.

4. Wengi unawaangaza, mapenzi wawafundisha,
   Barabara waongoza, kukufuatia Asha, Barazani
   wawalaza, kuni moto waziwasha, Mahaba yako
   punguza, ewe wangu dada Asha.

5.Baragumu yatangaza, penzi kulisawazisha,

Nipate moyo pooza, matendo kudhihirisha, Na

kuweza tekeleza, mapenzi kuyakanusha,

Mahaba yako punguza, ewe wangu dada Asha.

MASWALI/ MAJIBU

(a) Eleza muundo wa shairi hili ukizingatia yafuatayo: (alama 6)

(i) Bahari: - Tarbia: mishororo minne katika kila ubeti

- Mtiririko: Vina vya ndani vinafanana, vina vya nje pia vinaoana tangu ubeti wa kwanza hadi ubeti wa mwisho.

(ii) Mizani: Kila kipande kina mizani nane (8, 8) – Kila mshororo una mizani 16.

(iii) Vina   za - sha

za – sha

za – sha

za – sha

(iv) Kibwagizo – Ni mshororo unaorudiwarudiwa mwisho wa kila ubeti –
"Mahaba yako punguza, ewe wangu dada Asha."

(b) Taja mambo ambayo yanamwogofya mshairi. (alama 2)

Anahofia jinsi sura ya Asha inavyofanya watu wengi wababaike na huenda wakamfuata na kumharibia maisha.Anamweleza Asha kuwa mahari ambayo babake alipatiwa alitumia maana ashamwoza na kwa hivyo anamsihi apunguze mahaba yake.

Anahofia jinsi Asha anavyowafundisha watu wengine tabia mbaya kwa mienendo yake mibaya.

(c) Andika ubeti wa pili kwa lugha ya nathari. (alama 4)

Unafanya moyo wangu uumie kwa kunipa mawazo mengi

Mwendo na maumbile yako yanapendeza na kvutia.

Una sura nzuri inayozuzua wengi, hivyo punguza mapenzi Asha.

(d) Mwandishi ametumia uhuru wa kishairi katika uandishi wa shairi lake. Taja na utoe mifano. (alama 4)

Mazda: Kurefusha neno ili kutosheleza mizani au vina.

Tabdila: Kuongeza herufi ya ziada katika neko bila kuathiri mizani. Km. Wanikosha (ub.1) – Wanikaza

Inkisari: Kufupisha ili kutosheleza mizani na vina. Wifiyo (ub. 3) – Wifi yako.

Moyowe (ub.3) – Moyo wake

Babayo (ub. 3) – Baba yako.

(e) Eleza maana ya maneno haya kama yalivyotumiwa katika shairi. (alama 4)
    (i) Madaha – Majivuno/maringo
    (ii) Mahaba – Mapenzi
(iii) Umbile – Jinsi kitu kilivyo au kilivyoundwa.
    (iv) Baragumu – Aina ya ala ya muziki.

32. Soma shairi lifuatalo kisha ujibu maswali.

<u>GANGA SHINA</u>

1.Maradhi na taathira, ya tego na ulemavu,
  Zimeshajiri ishara, za mti kuwa mbovu,
  Vitawi kuporapora, mti wazidi ukavu,
  Ganga shina la uhai, tanzuze hazigangika.

2.Kutibu si masihara, kwataka kutuma nguvu,
  Na maganga kuyapasa, hata uiache kovu,
  Haiji thama nusura, ukichelea mabavu,
  Gonga shina la uhai, tanzuze hazigangika.

3.Makongwe yanayokera, yakate kwa maumivu,
  Na mizizi ya safura, iliyo mikandamivu, Usiwe
  nayo subira, katika utimilivu,
  Ganga shina la uhai, tanzuze hazigangika.

4.Rasharasha sio bora, daiwa iwe vovuvovu,
  Imwailie imara, hadi isombe kitovu, Uchome
  moto sangara, mti uwe muangavu Ganga
  shina la uhai, tanzuze hazigangika.

5.Fyekafyeka mipapura, mimea mitatagivu,
  Inayonyoya ujira, wa miti mishughulivu,
  Nasaha zangu dharura, kesho utakula mbivu
  Ganga shina lauhai, tanzuze hazigangika.

(a) Eleza umbo la shairi hili. (alama 4)

Tarbia: Mishororo minne kaikakila ubeti.

Jumla ya mizani ni 16 katika kila mshororo (8,8)

Lina kibwagizo – "Ganga shina la uhai, tanzuze hazigangika".

Bahari ya mitiririko – Vina vya kati (ukwapi) na vya nje (utao) vinaoana tangu ubeti wa kwanza hadi wa mwisho.

Jumla ya beti ni tano.

(b) Mwandishi ametumia jazanda katika kuelezea jambo fulani. Taja jazanda hiyo na ueleze maana yake. (alama 4)

Miti – bara la Afrika

Vitawi – nchi za Afrika

Maradhi – jamii za Kiafrika kuathiriwa na ukoloni.

(c) Mwandishi anamaanisha nini anaposema "Kutibu si masihara kwataka kutumia nguvu"? (alama 2)

Anamaanisha kuwa ili kutibu ugonjwa huu ni lazima mtu atie bidii (ajitahidi/ajikaze) wala si mchezo.

(d) Mwandishi ametumia inkisari. Taja mifano miwili na uiandike inavyotakikana. (alama 2)

Kutuma (ub.2) – kutumia

Tanzuze (kibwagizo) – tanzu zake

(e) Eleza maana ya kibwagizo cha shairi hili   (alama 2)

Maana ya kibwagizo cha shairi hili ni kuwa kuutibu ugonjwa lazima mtu aanzie mashinani, maana akitibu dalili tu ugonjwa hautapona.

(f) Eleza maana ya msamiati huu kama ulivyotumiwa katika shairi hili (alama 5)

(i) Kuporapora (ub.1) – kupigapiga

(ii) Isombe (ub.4) – ichukue; ibebe

(iii) Sangara (ub. 4) – Mdudu mkali

(iv) Mipapura (ub. 5) – Miti yenye miiba

(v) Mishughulivu (ub. 5) – Miti inayotaabika kutafuta chakula.

33. Soma mashairi yafuatayo kisha ujibu
   ## maswali. A:

HOFU YA BINADAMU

(v)   Hofu zao wanyonge, ni nguvu za

matajiri, Ambazo zinawaponda, wanapotaka

usawa,

2. Hofu za watawala, ni kupotoza uhuru,
   Wa kutawala kwa mbavu, pamoja na utukufu,

3. Hofu za mwanamke, mwanamke wa sasa,
   Ni kutumiwa ja rungu, daima kuwekwa nyuma.

4. Hofu za mcha – Mungu, ni maisha ya baadaye,
   Maana hana hakika, ndio aogopa kifo.

5. Nahofu zao wasomi, ni kwamba wako
   baidi, Na wale watetea, ambao si sawa nao.

B:

AMANI

1.Uhuru pia amani
    Usifikiri ni zawadi
       Ambayo inapeanwa
          Pasipo mikwaruzano

2. Kama wataka hiviyo,
    Sharuti uwe tayari,
    Kupoteza roho yako
  Pamoja na ya mwingine.

3.Uhuru ja ini la faru,
  Ambalo kulifikia
    Sharti uwe jasiri
  Jasiri aso kifani.

MASWALI / MAJIBU

(a) Linganisha bahari za shairi la 'A' na 'B'. (alama 4)

Shairi la 'A'; Tathnia/uwili- mishororo miwili katika kila ubeti.

    Kikwamba- neno 'hofu' linarudiwarudiwa kila mwanzo wa ubeti

    Ukaraguni- vina vya kati na vya nje vyote vinabadilikabadilika.

    Mandhuma: ukwapi unatoa wazo na utao kutoa jibu.

    Mathnawi-limegawa vipande viwili – ukwapi na utao.

Shairi la 'B' : - utenzi – lina kipande kimoja tu.

    Tarbia – mishororo minne katika kila ubeti.

(b) Eleza vina na mizani ya ubeti wa kwanza wa shairi 'A'. (alama 2)

(i) Vina: nge –ri   mizani: 7,8

nda – wa   8, 8

(ii) Vina vya shairi hili vinalielekeza kuchukua mkondo gani? (alama 4)

Ukaraguni/guni: vina vyote (ndani, nje) vinabadilikabadilika kutoka ubeti hadi ubeti.

(c) Taja na utoe mifano wa mbinu iliyotumika katika ubeti wa mwisho wa shairi la 'B'. (alama 2)

Tashbiha: uhuru ja ini la faru.

(d) Andika ubeti wa pili wa shairi la 'B' kwa lugha ya nathari, (alama 4)

Kama unataka haki yako ni lazima uwe tayari kupoteza maisha yako au kuua.

(e) Andika maneno yafuatayo kwa Kiswahili sanifu kama yalivyotumika katika mashairi haya. (alama 4)

(i) Nao (ub.5. 'A') – na wao

(ii) Ja (ub.3. 'B') – Kama, mithili ya; mfano wa

(iii) Aso (ub.3.'B') –asiye.

(f) Eleza maana ya msamiati ufuatao kama ulivyotumia katika mashairi. (alama 3)

(i) Utukufu (ub. 2'A') – Mamlaka/cheo

(ii) Daima (ub. 3'A') – Milele

(iii) Sharuti (ub. 2' B') – Lazima

34. Soma shairi lifuatalo kisha ujibu maswali yanayofuata.

TUNDA

1. Tunda ni kuliangua, chungwa linaloning'nia,
   Tunda pia kuchumia, mboga sima towelea,
       Jinginelo lipo?

2. Tunda kivuno shambani, lima kisha palilia,
   Tunda vinono nyumbani, lima kwa jasho
       shughulikia, Jinginelo lipo?

3. Tunda tokeo la kazi, na ujira jipatia,
   Tunda matokeo wazi, jitihada jifanyia,
       Jinginelo lipo?

4. Tunda pia ni kizazi, wana hao nilozaa,
   Tunda tama ya ulezi, wana wataponifaa,
       Jinginelo lipo?

5. Tunda letu la uhuru, minyororo jikongoa,
   Tunda sote kuwa huru, na mazao furahia
       Jinginelo lipo?

6. Tunda ni kwetu uchumi, na chumo kijichumia,
   Tunda mwenzangu huchumi, ukaweza kuendelea ,
       Jinginelo lipo?

7. Tunda bora utu mwema, yako roho kuilisha,
   Tunda la roho nasema, mja kumkamilisha,
       Jinginelo lipo?

MASWALI / MAJIBU

(a) Shairi hili ni la bahari mbalimbali. Zitaje na kuzifafanua. (alama
       4) Tathlitha/utatu: Mishororo mitatu katika kila ubeti.
       Kikwamba – neno moja 'tunda' linaanzia kila
       ubeti. Msuko – kibwagizo kimefupishwa.
       Ukara – vina vya ndani vinatofautiana lakini vya nje vinafanana tangu
       ubeti wa kwanza hadi ubeti wa mwisho.

(b) Eleza vina na mizani ya beti mbili za mwisho. (alama 3)

   Vina: Ubeti wa 6   Ubeti wa 7
        mi – a   ma – sha
        mi – a   ma – sha
        po   po
   Mizani: Ubeti wa 6   Ubeti wa 7
        8,8 (16)   8,8 (16)
        8,8 (16)   8,8 (16)
         6   (6)   6   (6)

(c) Andika ubeti wa pili kwa lugha ya nathari. (alama 3)
       Tunda ni kivuno kinachotoka shambani baada ya kulima na kupalilia.
       Mazao mazuri hupatikana baada ya kushughulika kwa bidii/kwa
       jasho. Lingine nalo lipo?/Je, kuna linguine?

(d) Ni mbinu gani ya lugha iliyotumika katika kibwagizo cha shairi hili?
       (alama 2) Balagha- Swali lisilohitaji jibu kwani jibu lake ni bayana.

(e) Toa maana zozote tano za neno 'tunda' kama lilivyotumika katika shairi.
       (alama 3) Zao la mti – utu wema – uhuru

Kizazi (watoto – kutoa mtini – tokao la kazi)

(f) Eleza maana ya msamiati ufuatao kama ulivyotumiwa katika shairi. (alama 3)
    (i) Kuliangua (ub.1) tungua; kulichuma; kulitoa mtini
    (ii) Palilia (ub.2) – kutoa mimea isiyotakikana.
    (iii) Kujichumia (ub.1) – kuzalisha mali; kufanya biashara kufanya kazi.

35. Soma shairi lifuatalo kisha ujibu maswali.

OA MWANA KWETU, OA
1. Oa, sioe anzali, mwenye mwenendo mbovu,
    Oa, sioe jamali, wa akili <u>tepetevu</u>,
Oa, sioe jahili, jitu lenye ushupavu,
    Oa, muovu sioe, oa mwana kwetu oa.

2. Oa, akupendezaye, kwa umbile na tabia,
    Oa, binti ya babaye, mtambuzi wa
sheria, Oa, mwali ajuaye, vyuoni aloingia,
    Oa muovu sioe, oa mwana kwetu oa.

3. Oa, mke <u>kufu</u> yako, mnayefanana hali,
    Oa, wa kikozi chako, wa asili na
fasili, Oa, binti, ami yako ikuwiyapo sahali
    Oa, muovu sioe, mwana kwetu oa.

4. Oa, mrembo wa shani, mwenye <u>hadhi</u> na murua,
    Oa, mwema na watani, uwezapo mgundua,
Oa, sioe muhuni, moto umejipalia
    Oa, muovu sioe, oa mwana kwetu oa

5. Oa, mjaze heshima, japo akuzuzukiye, Oa,
    muovu sioe, Oa mwana kwetu oa,
Oa, ninakhitimia, mwema ana mwisho mwema,
    Oa, muovu tambula, hadi yake ni kuzama.

6. Oa, nakariri oa, kuoa kuna salama,
    Oa, muovu sioe, Oa mwana kwetu oa,
Oa, wa macho laini, yaengayo majimaji,
    Oa, hwenda yu amini, moyo akakufariji.

7. Oa, khasa mwana ndani, asojua upitaji
    Oa, muovu sioe, mwana kwetu oa,
Oa, nakwambia oa, jaribu tena na tena,

Oa, kwa kuangalia na kumuomba Rabana.

8. Oa, upate tulia, na kuepuka fitina,
    Oa, muovu sioe, oa mwana kwetu
  oa, Oa, imebadilia, dunia yenda kinyume,
    Oa, hutaazivika, ukiwa mbora mume.

9. Oa, ninvyoandika, nimtakayo yapime,
    Oa, muovu sioe, mwana kwetu oa,
  Oa, mtendee mema, mkeo uliye naye,
    Oa, uwe na huruma, roho yake ituliye.

MASWALI / MAJIBU

(a) Eleza muundo wa shairi hili.   (alama 5)
    Tarbia- mishororo minne katika kila ubeti
    Kikwamba – neno 'Oa' limeanzia kila mshororo
    Mizani ni 2 (ukwapi) 6 (utao) na 8 (mwandamizi) 16 kila mshororo.
        Ukawafi: limegawa vipande vitatu na jumla ya mizani ni 16 katika
        mshororo. Vina ni vitatu – vya ukwapi, utao na mwandamizi.

(b) Mshairi anamshauri nini mtu atakaye kuoa? (alama
        8) Asioe mwanamke mwenye mwenendo mbovu
        Aoe mke ampendaye kwa umbile na
        tabia. Aoe mke anayetambua sheria
    Aoe mke aliyesoma
        Aoe mke wanaolingana hali
        Aoe mke mwenye heshima
        Asioe mke mrembo tu lakini mjinga
        Aombe Mungu apate mke mzuri.

(c) Ni mbinu gani ambayo imetawala shairi zima? Itaje na kueleza mbinu hiyo. (alama 3)
        Takriri – kurudiarudia neno au maneno. Neno 'Oa' limerudiwarudiwa kila
        mwanzo wa mshororo.

(d) Eleza maana ya maneno haya kama yalivyotumia katika shairi hili: (alama 4)
        (i) Tepetevu (ub. 1) – legevu; isiyokazana
        (ii) Kufu (ub. 3) – kiwango sawa, lahiki.
        (iii) Hadhi (ub.4) –staha; turuhani; heshima
        (iv) Azirika (ub. 8) – vunjika heshima; aibika.

123

36. Soma shairi lifuatalo kisha ujibu maswali yanayofuata.

MKIMBIZI
1. Sikimbii, siogopi, hali yangu nachelea,
   Sivijui, visa vipi, pale nyuma kutokea,
   Niendako,sikujui,mkimbizi ninaitwa?

2. Sitoroki, nchini mwangu, ugenini kutamani,
   Sidiriki, malimwengu, yananizonga jamani,
   Niendako, sikujui, usalama nazongea!

3. Siyajui, nisemayo, machafuzi nayapisha,
   Siyajui, nionayo, ni maasi ya kutisha,
   Niendako, sikujui, amani najitakia.

4. Sipotei, sipumbai, hali njema naisaka,
   Sishangai, sitambui, chanzo cha yangu
   mashaka, Niendako, sikujui, maskani natafuta.

5. Afrika, Afrika, wana wako tunalia,
   Twateseka, twateseka, bara letu kulilia,
   Kwa majanga, na visanga, ukimbizi kuzidisha.

6. Viongozi, viongozi, mwongozao Afrika,
   Mumaizi, mumaizi, utulivu kuuweka, 'zi
   nchi zetu, ukimbizi kupunguza.

MASWALI / MAJIBU
(a) Lipe kichwa mwafaka shairi hili. (alama
      2) Mkimbizi
(b) Shairi hili ni la aina gani na kwa nini?   (alama 2)
      Tathlitha: Lina mishororo mitatu katika kila ubeti.
         Ukaraguni vina vyote vinabadilikabadilika kuanzia ubeti wa kwanza
         hadi wa mwisho.
      Ukawafi: limegawa vipande vitatu na jumla ya mizani ni 16 katika kila mshororo.

(c) Taja maudhui yanayojitokeza katika shairi hili. (alama 4)

Anayeongea analalamika kwa maana maafa aliyoyapata hayaelewi. Hajui atapata usalama wapi. Anatamani kuishi kwa amani siku moja. Anawasihi viongozi watekeleze wajibu wao ili waishio katika nchi hizo wakae kwa amani.

(d) Taja tamathali yoyote ya usemi aliyotumia mshairi na ueleze sababu ya kutumia (alama 2)

Ametumia takriri ambapo amerudiarudia baadhi ya maneno katika ubeti wa tano (5) –"Afrika' na 'Twateseka'. Katika ubeti wa sita amerudia neno 'viongozi' na 'mumaizi'. Dhamira ya kurudiarudia maneno ni kutaka kutilia mkazo analozungumzi au analoandikia.

(e) Kwa nini mshairi ametumia ritifaa ubeti wa mwisho? (alama 2)

Ametumia ritifaa 'zi kufupisha neno ili kutosheleza mizani.

(f) Toa maana ya msamiati huu kama ulivyotumika katika shairi. (alama 4)

    (i) Nachelea – kwa nyuma

    (ii) Sidiriki – siwezi

    (iii) Nazengea – tafuta

    (iv) Maasi – maovu/mambo mabaya.

(g) Andika ubeti wa pili katika lugha ya natharia. (alama 4)

Kutoroka kwangu nchini mwangu na kwenda ugenini si kwa kupenda kwangu. Siwezi kuvumilia mambo mengi ya ulimwengu yaliyonikaba. Nakwenda nisikojua ili kujitafutia usalama.

37. Soma shairi lifuatalo kisha ujibu maswali.

'SIKATE TAMAA

1. Umeanguka, inuka, simama kama mnazi,
  Umechunika, inuka,tia dawa kwa ujuzi,
  Sasa inuka, inuka, kijana ianze
     kazi, 'Sikate tamaa.

2. Usife tamaa, nyanyuka, ni muwoza wa kutenda,
  Kuna hadaa, nyanyuka, anza tena kujipinda
  Dunia baa, nyanyuka, anza tena kujiunda,
    'Sikate tamaa.

3. Sivunje moyo, dunia, ndivyo itakunyanyasa,

Futa kiliyo, dunia, hiyo idhibiti sasa,
Ipe kamiyo, dunia, kamwe siache
    kufusa, 'Sikate tamaa.

4. Una nguvu, simama, wewe upambane nao,
  Una werevu, simama, uziepuke njama zao,
  Usiache kovu, simama, ujipunze vumilio,
    'Sikate tamaa.

MASWALI / MAJIBU

(a) Eleza lengo la shairi hili. (alama 1)

    Mtunzi anamhimiza msomaji asipoteze tumaini/asikate tamaa

(b) Msanii ametumia mtindo gani ili kusisitiza ujumbe wake? Toa mfano mmoja. (alama2)

    Ametumia takriri, yaani kurudiarudia maneno-kwa mfano 'inuka','nyanyuka', dunia, 'simama'.

(c) Kulingana na mashairi,tungewezaje kuepuka njama tunazofanyiwa? (alama 3) Kwa kutumia werevu, nguvu na kuwa wavumilivu.

(d) Mwandishi anamaanisha nini kwa kusema, 'Usiache kovu'? (alama 2) Usiogope kuumia au kuteseka.

(e) Kwa nini mshairi akasema,'Sikate tamaa' badala ya 'usikate tamaa'? (alama 2)

    Amefanya hivyo ili kutosheleza mizani kwani kama angeandika'Usikate tamaa' mizani haingewiana (haingetoshana)

(f) Kuvunjwa moyo kunaleta matokeo gani? (alama 2)

    Kunaleta kuangamia'Sivunjike moyo, dunia ilivyo itakunyanyasa.' (ubeti wa 3)

(g) Eleza muundo wa ubeti wa kwanza. (alama 4)

    Lina mishororo minne katika beti zake.

    Ukawafi: Limegawa vipande vitatu- ukwapi, utao na mwandamizi na jumla ya mizani ni 16 kila mshororo ila mshororo wa nne ambao una mizani sita (6) Msuko.

    Bahari ya mtiririko – Vina vya ukwapi, utao na mwandamizi vinafanana/ vinaoana katika kila mshororo.

Mpangilio wa vina: ka – ka – zi
ka- ka- zi ka- ka- zi a
a-a-b a-a-b a-a-b c

(h) Taja sifa zozote mbili zinazopewa msomaji. (alama 2)

Ana uwezo wa kutenda, ni mwerevu na ana nguvu

Mshairi asema, 'Umeanguka, umechunika, futa kiliyo.'Mambo haya matatu
yanachangia vipi katika kuendeleza lengo la mshairi? (alama 2)

Ulimwengu una taabu au matatizo mengi lakini mtu hapaswi kukata tamaa.

38. Soma shairi lifuatalo kisha ujibu maswali.

1. Mdomo ukiuchonga, kwa maneno ya
hadaa, Na ufundi wenye kunga, ujuao
kuandaa, Jua umejenga kinga, huonekana
wafaa, Dunia hii ilivyo, neno limekuwa kitu.

2. Viumbe walo wambaji, wabwabwajao maneno,
Hujijengea mtaji, kwa 'yo mingi kikutano,
Jengine hawahitaji, neno kwao tangamano,
Dunia hii ilivyo, neno limekuwa kitu.

3. Watazama wanenaji, wawekao welewano,
Kumbe wana mahitaji, kujipatia vinono,
Jema gani tutaraji, dunia ya mashindano,
Dunia hii ilivyo, neno limekuwa kitu.

4. Yanayosemwa mangapi, maneno yenye
mantiki, Hujui ushike zipi, ahadi za unafiki,
Tahamaki yuko wapi, msema haoneki,
Dunia hii ilivyo, neno limekuwa kitu.

5. Dunia yaelemwa, kwa uongo na uzushi,
Yaenda ikarashiwa, na kumwaiwa marashi,
Kumbe ndani ni shakawa, ninapulizia
moshi, Dunia hii ilivyo, neno limekuwa kitu.

MASWALI / MAJIBU

(a) Andika kichwa mwafaka wa shairi hili (alama 2)

Neno limekuwa kitu

(b) Eleza umbo wa shairi hili (alama 4)

Tarbia: Mishororo minne katikakila ubeti.

Jumla ya mizani ni 16 (8,8) kila mshororo.

Kibwagizo kinakaririwa (mkarara): 'Dunia hii ilivyo neno limekuwa kitu.

Ukaraguni vina vya kati na vya nje vyoe vinabadiliabadilika tangu ubeti wa kwanza hadi wa mwisho.

Lina jumla ya beti tano.

(c) Toa mifano miwili ya kuonyesha jinsi mshairi alivyotumia uhuru wake katika shairi hili. (alama 2)

Ritifaa (kufupisha kwa kutumia ung'ong'o) kwa mfano 'yo badala ya hiyo.

Inkisari (kufupisha bila kutumia alama ya ung'ong'o, kwa mfano ameandika 'haoneki' (ub 4) badala ya 'haonekani' na 'wali' badala ya 'walio'.

(d) Mshairi anatutolea ujumbe gani katika shairi hili? (alama 6)

Anatuelezea vile watu wanavyotumia ujanja wa maneno ya uongo na ufasaha mkubwa wa lugha kujipa utajiri na vyeo vitakavyowawezesha kupajipatia utajiri hata zaidi. Anadai kuwa watu wasemao maneno yasiyo na maana ndio wanaojijengea mtaji (mali). Mshairi aseama kuwa mambo haya yanaleta matatizo makubwa duniani lakini matatizo haya yanafunikwa kwa maneno matamu (kutiwa marashi) kumbe ukweli wa mambo ni dhiki tupu.

(e) Ni kundi lipi la watu ambalo linahusika sana na yanayoendelezwa katika ubeti wa nne? (alama 2)

Wanasiasa na matapeli.

(f) Eleza maana ya msamiati ufuatao kama ulivyotumiwa katika shairi hili (alama 4) Wambaji (ub. 2) – wasemaji hodari

Vinono (ub. 3) – marupurupu, hongo

Mantiki (ub. 4) – hakika;kweli

Shakawa (ub. 5) – dhiki yamoyo; shida; masumbuko.

39. Soma shairi lifuatalo kisha ujibu maswali yanayofuata

MWAKISU

1. Mwakisu hailaliki, kunguni wameshtadi,

Tena hawamithiliki, waenda wale warudi,

Hung'ata hawashikiki, na muwasho ulozidi,

Mwakisu yake inadi, nahiari tangalachi.

2. Kucha mimi sipepesi, nasongana na
   jihadi, Silali ila kiasi, mnadi swala anadi,
   Nimetota uyabisi, ukwasu yangu shahidi,
   Mwakisu yake inadi, nahiari tangalachi.

3. Si kitanda hicho ndwele, nimechoka nacho
   hadi, Kitandwe vipi milele, na mtandaji stadi,
   Kukicha tazama chale, mavune na mijeledi,
   Mwakisu yake inadi, nahiari tangalachi.

4. Kikazwe kwa madhubuti, shupavu jema jadili,
   Siku kenda hazipati, hakina kamwe ahadi,
   Hulegea katikati, ni ilaye tangu jadi,
   Mwakisu yake inadi, nahiari tangalachi

5. Palipo ngoma ya nini, upatu ni mazidadi,
   Keleleze ni za shani, si hapa siyo baidi,
   Hupenya masikizini, pasi simile na hadi,
   Mwakisu yake inadi, nahiari tangalachi.

6. Nisemapo kwangu kiko, kwalo msikinaidi
   Kimenivimbisha viko, kwa mkazo uso budi,
   Vilimbili ni viwiko, ganzi tele na baridi,
   Mwakisu yake inadi, nahiari tangalachi.

7. Nipatieni kingine, kitanda bora mufidi, Malazi
   yaso mavune, kupata ndiyo muradi,
   Nondokane na senene, senene haina sudi,
   Mwakisu yake inadi, nahiari tangalachi.

MASWALI / MAJIBU

  (a) Zitaje aina nne (4) za dhiki zinazosababishwa na kitanda cha mwakisu
      kulingana na mshairi. (alama 4)

Kulingana na shairi hili, tunaelezwa kuwa kitanda hii ambacho husukwa kwa kamba au miyaa kinaleta mengi kwa yule mwenye kukilalia. Mfano ni kama vile: Huingiliwa na kunguni wanaomwuma na kumsumbua anayekilalaia.

Aidha, kitanda cha mwakisu hulegea kila mara hata kikazwe vipi.

Fuka ya hayo, kinapolaliwa hufanya makelele mengi na kumsumbua anayekilalia.

Isitoshe, humfinya soana mwenye kukilalia nakumfanya avimbe sehemu za mwili wake kama viko.

(b) 'Uovu wa kitanda cha mwakisu ni mumbile yake.'Jadili kulingana na maoni ya mshairi. (alama 6)

Kimewambwa kwa kamba au miyaa na hivyo kunguni huweza kukificha katikati ya kamba kwa urahisi wasionekane. Hii ndio sababu mshairi anasema,'Mwakisu hailaliki, kunguni wameshtadi." Kunguni 'hawashikiki'. (ub. 1)

Kitanda cha mwakisu huwa hakidumu na hulegealegea. Hali hii humsumbua sana mwenyewe kwani hulazimika kukitanda kila mara. Ndipo mshairi akasema,'Hulegea katikakati, ni ilaye (kasoro yake) tangu jadi."

Aidha, kitanda cha mwakisu si imara na kinapolaliwa huwa kinlialia sana hivi kwamba anayekilalia huwa hawezi kupata usingizi. Mshairi analinganisha kelele za kitanda hiki na kelele za ngoma (ub.5)

Mtu anapolalia kitanda cha mwakisu anafinywa sana na mwili na viungo hufa ganzi (ub 6). Anapoamka huwa na mvune au uchovu. Mshairi anasema ni heri kulalia mkeka mgumu (tangalachi) kuliko kitanda cha mwakisu,'Mwakisu yake inadi, nahari tangalachi'.

(c) Uandike ubeti wa pili kwa maandishi ya kinathari. (alama 4)

Usiku kucha sipati hata kufunga jicho kulala kwani napigana na majeshi ya kunguni. Hulala tu kidogo kabla ya kusikia sauti ya mwadhini wa sala ya alfajiri. Mwili wangu umekauka na umejaa vipele kama ushahidi wa kushambuliwa na kunguni. Jinsi kitanda cha kamba kilivyo na dhiki nyingi, naonelea heri kulalia mkeka mgumu.

(d) Mshairi analinganisha kitanda cha mwakisu na nini?

(alama 3) Anaulinganisha na ugonjwa (ndwele – ub. 3)

Anaulinganisha pia na kelele za ngoma inayopigwa (ub. 5)

Isitoshe, anulinganisha na dhiki au adhabu anaposema,'Nondokane na senene.'

(e) Eleza maana ya maneno ayafuatayo kama yalivyotumia katika shairi hili. (alama3)

(i) Hung'ata hawashikiki (ub.1)- Huuma sana na si rahisi kuwakamamta.

(ii) Mwakisu yake inadi nahiari tangalchi- kitanda cha kamba kinampa mtu taabu

130

nyingi hivi kwamba ningependelea kutumia mkeka mgumu badala yake.

(iii) Malazi yaso mavune, kupata ndio muradi (ub.7) – Shabaha yangu ni kupata usingizi usiokuwa na usumbufu wotote.

40. Soma shairi lifuatalo kisha ujibu maswali yanayofuata.

TUKOMBOWE AFRIKA

1. Kitambo tulipoanza, maneno twayatamka,
   Kuchapo twazungumza, uhuria twaitaka,
   Tukombowe Afrika lakini kipeleleza, hakuna linalotendeka.

2. Tuchunguze ukweli, tuache mbali dhihaka,
   Kwani tumeanza mbali, maneno ya
   kuropoka Sasa tutuze akili, tuitafiti hakika.

3. Tulijenge tangamano, pamoja kujumuika,
   Weka hii twa hino, ala mpya kuzishika,
   Tuanze maandamano, mambo yamenifaika,

4. Kaka na dada karani, sasa basi kuandika,
   Kaamu zote pipani, mikoba, tai angika,
   Mushike mashini-gani, tukombowe Afrika.

5. Wakadhalika dereva, kwa gari unasifika,
   Tushakusifu u kileva, wa sukanni kuishika,
   Mambo ndugu yameiva, shika kifaru haraka.

6. Si sharuti ya samaki, sukuma pia hulika,
   Mvuvi weka fataki, mishipi nayo fulka,
   Twende kutetea haki,manowari ishafika.

7. Mwanamuziki wa samba, pamwe nasi jumuka,
   Siku nyingi umeimba, 'Tukombowe Afrika,' Sasa
   gita funga kamba, bunduki jibandika.

8. Kaka mpishi na wewe, kila kuchao wapika,
   Si kungoja uambiwe, masufuria finika,
   Shika japokuwa jiwe, pigania Afrika.

9. Na tineja muadhamu, vipi unafurahika, Jioni
   beli-botomu, bilashi wahuzunika, Hupimi
   kataamamu, nduyu zako wateseka.

10. Mwalimu wetu shuleni, kwenye tumeelimika,
    Wanafunzi darasani, wafundisha kuandika,
    Leo watowe ugani, wafunze zana kushika.

11. Dada yangu mwafulani, mzawa wa Afrika,
    Ulitoroka jikoni, uwe 'sawa' nami kaka,
    Haya toka ofisini, funga masombo haraka.

12. Poda wacha mumu humu, ya vitani hulipuka,
    Jikaze kama ghulamu, Usije ukaanguka,
    Usawa ulozuumu, tukombowe Afrika

13. Maneno ulozuumu, tukombowe Afrika,
    Mwisho ndugu mshairi, ni sote kujumuka,
    Tuungane tulo wengi, tukombowe Afrika.

MASWALI/ MAJIBU

(a) Andika kichwa mwafaka kwa shairi hili   (alama 1)
    Tukomboe Afrika.
(b) Ni ujumbe gani unaojitileza katika shairi hili? (alama 2)
    Mshairi huyu anawaita waafrika wa nyanja mbalimbali- walimu, wapishi,
    matineja, makarani, wanamuziki, madereva, wanafunzi, akina dada /kaka
    waungane pamoja kupigana vita dhidi ya mkoloni ili waikomboe bara la Afrika.
(c) Chambua muundo/umbo la shairi hili (alama 4)
    Tathlitha: Mishororo mitatu katika kila ubeti
    Ukara: vina vya ndani vinabadilika, vya nje
    vinaoana. Mathnawi: Limegawa vipade viwili.

Mizani ni 16 kila mshororo ila mshororo wa tatu katika ubeti wa kwanza ambao una mizani ishirini na nne (24)

(d) Andika ubeti wa tano kwa lugha ya nathari. (alama 4)

Hali kadhalika wewe dereva, unajulikana kwa uendeshaji wako wa gari. Unaelewa vilivyo kushika usukani wa kuendesha. Mambo sasa yamekuwa tayari, shika kifaru twende vitani.

(e) Onyesha vile mshairi alivyotumia uhuru wake. (alama 4)

Tabdila: (Kuongeza herufi ya ziada pasipo kuathiri mizani. Tukombowe-tukomboe, Usukanni-usukani.

Inkisari: (kufupisha kutosheleza mizani/vina)- kipeleleza –ukipeleleza

Utohozi/ uswahilishaji: mashini-gani (machine gun), beli-botomu (bell bottom), poda (powder), ofisi (office).

Mazda (kurefusha ili kuosheleza mizani/vina)-masufuria - sufuria.

(f) Andika methali mwafaka kwa shairi hili (alama 2)

Umoja ni nguvu, utengano ni udhaifu / kidole kimoja hakiinjiki chungu.

(g) Onyesha matumizi ya maneno haya kama yalivyotumika katika shairi. (alama 3) (i)

(i)   sasa basi kuandika- wacha kuandika
(ii)   zana- silaha za kivita;
(iii) kila kuchao wapika-kukipambazuka waanza kupika.

41. Soma shairi lifuatalo kisha ujibu maswali yanayofuata.

Hayawani nondokeya, nondokeya nenda mbali,
Melaniwa huna haya, leo haja kukabili,
Kimbiya nenda Ulaya, up indo wako usuli,
U mbakaji haini.

Watoto waulizani, changudoa mekushinda?
Umezua vya uhuni, kuyachafua makinda,
Pinga kama si punguani, adilifu mekushinda,
U mbakaji haini.

Wahanyahanya yayaya, miyaani patupatu,
Matendoyo kubwayaya, umewashinda wenetu,
Kirinyaga na Siaya, kote kote lithubutu,
U mbakaji.

Jogoo kuparagia, kifaranga ni halali?
Ukimwi wawapatia, huna akili kamili,
Nakutungia sheria, takufunga ukubali,
U mbakaji.

MASWALI / MAJIBU

(a) Lipe shairi hili anwani mwafaka. (alama 1)

Uhayawani/ ubakaji/ dhuluma kwa watoto.

(b) Shairi hili ni la bahari gani? Thibitisha jibu lako. (alama

4) Tarbia:Vina mishororo minne katika kila ubeti.

Ukaraguni: Vina vinabadilikabadilika kutoka ubeti hadi ubeti (kila ubeti una mtiririko tofauti na wa ubeti unaofuata).

Mathnawi: Limegawa vipande viwili yaani ukwapi na

utao. Msuko: Kibwagizo kimefupishwa.

(c) Eleza ujumbe unaojitokeza katika ubeti wa pili. (alama 2)

Mbakaji anawanajisi watoto wadogo ilhali angeweza kuwapata mahawara. Pia amepungukiwa na akili ya uadilifu.

(d) Taja na ueleze tamathali tatu za lugha alizotumia mshairi.

(alama 3) Jazanda : Jogoo kuparangia vifaranga.

Tasfida : Changudoa ni malaya/

kahaba. Balagha : Upi ndo wako usuli?

Changudoa mekushinda?

Jogoo kuparangia kifaranga ni halali?

Stiara : Hayawani, makinda.

(e) Andika ubeti wanne kwa lugha nathari. (alama 4)

Mshairi anasema kuwa si haki kwa mtu mzima kuwadhulumu watoto na kuwaharibia afya kwa kuwaambukiza maradhi ya ukimwi kwani hiki si kitendo cha akili timamu/ razini.Mshairi anasema kuwa sharia kali inatungwa ili kutoa adhabu kali kwa wanajisi haini.

(f) Taja matendo yoyote matatu mabaya yanayosemwa.

(alama 3) Ubakaji/ unajisi.

Kuambukiza watoto ugonjwa wa ukimwi.

Kuzurura ovyo ovyo mtaani

(kuhanyahanya). Kuwaudhi watoto.

(g) Eleza jinsi mshairi alivyotumia uhuru wake wa utunzi. (alama 3)

Inkisari: Ni uhuru wa kufupisha neno. Ameandika mekushinda badala ya wamekushinda.

Kuboronga sarufi: Mifano- Upi ndo wako usuli?– Usuli wako ndiyo upi?

Tabdila: Kubadili sauti bila kuathiri mizani. Mfano- *Kimbiya* badala ya kimbia.

42. Soma shairi lifuatalo kisha ujibu maswali.

1.Wana-haramu,
Hebu nikuulize Mama
Afrika, Kwa nini…
Mimba changu ukajichukulia,
Ya haramu sana ilotepetea,

2. Ukazaa wana walojahila,
Wasiojijua, wala yao njia?
Kuzurura ukamalizika,
Bila muruwa, heba kukupotea,
Ukawa ganda la kupita njia,

3.Usiye maoni ya
kuonelea? Kwa nini…
Ukazaa kizazi kilo kiwete,
Kilohasirika kwa wakati wote,
Kilichopagawa kwa wingi kite,
Hata utu wake ukakipotea?

4.Ah moyo waumia!
Hupigwa na mshangao,
Niwafikiriapo,
Wale barobaro wanao,
Wasaliti wanati walo na
vyeo, Walomdhidi mama
mzazi wao, Kwa muradi wao.

5. Lakini sijali, Sijali
kwani najua,
Siku moja itawadia, Wana-
haramu watajuhalalia, Kila
cha haramu kukuondolea,
Na kukutakasa.

6.Mama wasikia?
Hiyo siku itakapofika,
Kila la dhuluma litajikatika,
Na kila mahali utadhihirika,
Mwisho wa salata na
uharamia, Mama wasikia?

MASWALI / MAJIBU

(a) Shairi hili ni la bahari gani? (alama 2)
Ni shairi huru (mavue/ mapingiti/ vue) kwa sababu halizingatii vina na mizani.

(b)Mwandishi analalamikia mambo yapi katika shairi?
(alama 6) Mama Afrika alizaa watoto makatili

Mama Afrika alizaa watoto
haramu Alizaa watoto wasiojijua
Alipoteza heshima kwa kuzurura ovyo
Kizazi cha Mama Afrika kilipoteza utu.

Kizazi cha Mama-Afrika kilikuwa cha utu.Walimsaliti hata mama yao kwa
manufaa yao wenyewe.

(c) Mwandishi ametumia mbinu gani katika kutumia maneno "Mama Afrika"?
Kifungu hiki kimetumika kumaanisha nini? (alama 2)

Ametumia jazanda. Mama Afrika imetumika kuashiria bara zima la
Afrika.

Aidha, ametumia fumbo. Mama Afrika inatumiwa kurejelea nchi
changa zilizojinyakulia uhuru barani.

(d) Andika ubeti wa nne kwa lugha ya nathari. (alama 4)
Mshairi anampa moyo Mama Afrika kwamba siku moja itafika ambapo mateso
na dhuluma vyote vitaisha. Uharamia na usaliti vitakoma na atafurahia.

(e) Mtunzi ana maana gani anaposema,"ukazaa kizazi kilo kiwete"? (alama 2) Kizazi
kisichojiweza, kilicholemaa; kizazi ambacho hakiwezi kumtetea mama yao.

(f) Eleza maana ya maneno yafuatayo kama yalivyotumika katika shairi. (alama 4)
   (i) Murua (ub.2) - zuri, mema.
  (ii) Kite (ub.3) - kilio
 (iii) Kukutakasa (ub.5) – kukuondolea mambo mabaya.
 (iv) Salata (ub.6) Usaliti.

43. Soma shairi lifuatalo kisha ujibu maswali yanayofuata.

KIZA

1. Kiza ni mwambo wadhila, pulika unisikiye,
   Kiza kinapotawala, hasara itukutiye,
   Kiza kiumbe humla, kipande asibakiye,
   Kiza ukosapo hila, ni lazima kikugwiye,

2. Kiza ni ghubiko, usiku lituvamiye,
   Kiza hupamba mwili, waovu washangiriye,
   Kiza huja mahali, vibandani waingiye, Kiza
   nafuzi katili, yafaa tuikimbiye.

3. Kiza lifingapo wingu, na dharuba ituliye,
   Kiza mfano wa pingu, humfunga atakaye,
   Kiza chini ya myungu, twaihofu hatariye,
   Kiza hakiishi mizungu, hadi robo kiitwaye.

4. Kiza ujapo ukame, kiu itushikiliye,
   Kiza vifo vitufume, uhai usisaliye,
   Kiza kijapo kinyume, pengine usidhaniye,
   Kiza kweli mwanamume, ndani mwake usingiye.

5. Kiza tetema aridhi, zilizala niwambiye, Kiza
   maafa huhodhi, viumbe yawajiliye, Kiza
   mangapi maudhi, sitotowa hesabuye, Kiza
   mwenzangu siridhi, kila siku kiambaye.

6. Kiza yajiri maradhi, mwache kiumbe aliye,
   Kiza kuishi huridhi, watamani ujifiye,

Kiza itimu faradhi, nduli akufahamiye,
Kiza ndugu kumradhi, mwepuke simvamiye.

MASWALI / MAJIBU

(a) Eleza kiza kwa mujibu wa mshairi (alama 2)

Kiza inajitokeza kuwa na maana mbalimbali katika shairi hili.

Ni mzunguko wa mateso

Hasara kwa binadamu

Humwangamiza mtu kabisa

Ni makazi ya makatili

Ni mfumko wa usiku unaoshangiliwa na waovu.

(b) Fafanua hasara zinazosababishwa na kiza.

(alama 4) Hasara za kiza:

Humwangamiza mtu.

Watu huvamiwa na maovu.

Huwafanya watu kuwa kama watumwa.

Husababisha vifo wakati wa ukame.

Kimejaa maafa.

Kinaleta magonjwa.

(c) Mshairi alikuwa na lengo gani alipotunga shairi hili? (alama 2)

Mshairi alitaka kuwatahadharisha watu dhidi ya giza. Vitendo vinavyofanyika gizani si vizuri na husababisha maafa mengi. Uvamizi hutekelezwa wakati wa giza. Athari za giza ni mbaya na zinaleta madhara.

(d) Eleza umbo la shairi hili. (alama 6)

Shairi hili ni la tarbia kwa sababu lina mishororo minne katika kila ubeti .

Aidha, ni la bahari ya kikwamba kwani neno moja ndilo limetumiwa kuanzia kila mshororo. Neno kiza limetumiwa kuanzia kila mshororo.

Ni la bahari ya ukara kwa sababu vina vya ukwapi vinabadilikabadika ilhali vina vya ukwapi vinaoana / vinasawiriana.

Shairi hili limegawa vipande viwili, yaani ukwapi na utao.

Jumla ya mizani ni kumi na sita katika kila mshororo (8,8).

(e) Andika ubeti wa sita kwa lugha ya nathari. (alama 4)

giza husababisha magonjwa yanayomtesa mtu hadi atamani afe. Watu wanaonywa kujiepusha na giza.

(f) Toa maana ya mishororo ifuatayo: (alama 2)

(i) Kiza ni kiwambo wa dhila, pulika unisikiye.
   Giza ni mkusanyiko wa mateso mengi, watu sikizeni.
(ii) Kiza hupamba mwili, waovu washangiria.

   Giza linapoingia waovu hufurahia.

44. Soma shairi lifuatalo kisha ujibu maswali.

UKOLONI NA UKOLONI MAMBOLEO
1
UKOLONI: Naijusha, nakuacha utawale
             Nakupisha, sina haja ya kelele
             Zimekwisha, zama zangu ni za
             kale Naondoka.
2
UKOLONI MAMBOLEO: Nipe njia, nikuonyeshe kilenge
                      Naingia,   nilieneze
                      varange Nipe njia.
3
UKOLONI: Najikosha, mimi nilokataliwa
             Najepusha, sitaki kulaumiwa
             Sepotosha, nilifunza ya
             muruwa Naondoka.
4
UKOLONI MAMBOLEO: Nasikia, lijitia imani Kawachia,
                      ati wawe furahani,
                      Yangu nia, wote wawe
                      mashakani Nipe njia.
5
UKOLONI: Waliona, niliyoyatenda mabaya
             Kupendana, wao walishikiliya
             Wakatuna, uhuru
             kunyang'anyia Naondoka.
6
UKOLONI MAMBOLEO: Nitazuwa, ujanja uliokithiri Watakuwa,
                      wachachawa kufikiri Na
                      muruwa, wao wataughairi

Nipe njia.

7

UKOLONI: Walalame, watangaze kwa kiburi

Na waseme,sikuwamwaia heri

Ni kinyume, mimi naaga

kwaheri Naondoka.

8

UKOLONI MAMBOLEO: Wajuaje? Wanaadamu thakili

Watendeje, wazimu kwao

akili Waningoje, niwatie

mushkili Nipe njia.

9

UKOLONI: Kwa mapana, nakupa njia upite

Choyo sina, ila nimengia kite

Kwa bayana, mwishowe waje

wajute Naondoka.

MASWALI / MAJIBU

(a) Shairi hili laweza kuwekwa katika bahari mbili tofauti. Zitaje na ueleze
sababu. (alama 2)

Bahari ya msuko kwani mizani katika vituo vimefupisha.

Ngonjera: majina ya wahusika yameandikwa kitamthilia.

(b) Yaeleze maudhui ya shairi hili. (alama 4)

Unazungumzia athari za ukoloni mamboleo uliotokana na ukoloni mkongwe
kama kunyanyaswa, unyang'anyi, ujanja uliopindukia na kwa ujumla
utegemezi wanchi zilizokuwa za watawaliwa. Baada ya kuondoka kwa
wakoloni, Waafrika bado wanataka kuendelea kuelekezwa.

(c) Eleza matumizi ya majazi katika shairi hili. (alama 4)

Wahusika hawa wamepewa majina yanayoeleza dhima zao katika utawala.
Ukoloni ni mtawala wa awali anayeacha madaraka. Ukoloni Mamboleo ni
kiongozi aliyeshika hatamu za uongozi baada ya uhuru ijapokuwa bado ana
kasumba za ukoloni, hususa unyanyasaji.

2. Eleza sifa za Ukoloni na Ukoloni Mamboleo. (alama 4)

Ukoloni ana sifa za kutopenda ushindani. Hataki lawama na anaona
mambo ya kwao ndio bora.

Ukoloni Mamboleo naye ana sifa ya kuwa mtegemezi kwani anamtegemea mkoloni (Ukoloni). Aidha, mhusika huyu hana utu, ni dhalimu lakini pia ni mjanja.

(e) Kwa nini mshairi anarudiarudia maneno yafuatayo: (alama 2)

(i) Naondoka

Kutilia mkazo jambo analolizungumzia has kuondoka kwa ukoloni.

(ii) Nipe njia.

Ili kuvuta nathari ya msomaji.

(f) Andika ubeti wa mwisho kwa lugha ya nathari. (alama 4)

Mimi nimekuonyesha njia kwa mapana wala sina choyo ingawa nimeingiwa na kilio. Ni wazi watakuja kujuta. Hata hivyo, mimi naondoka.

Maswali ya ziada

Eleza muundo wa shairi hili. (alama 4)

Ngonjera – kuna majibizano ya moja kwa moja kati ya Ukoloni na Ukoloni Mamboleo.

Tarbia – Kila ubeti una mishororo minne.

Msuko – Kibwagizo kimefupishwa.

Kikai – Mizani ni chini ya 16 katika kila mshororo.

Mathnawi - Limegawa vipande viwili katika kila mshororo ila kibwagizo ambacho hakijagawa.

Nafsineni katika shairi hili anasema na pande mbili. Zieleze pande hizo. (alama 4)

Kiongozi anayeondoka anasema anamwacha mgeni atawale bila kelele. Kiongozi mpya anasema atawatesa wananchi.

Wa awali anasema kuwa anaondoka kwani amekataliwa na anasema hataki lawama kwani alifunzwa mazuri.

Wa sasa atatia watu mashakani.

Wa awali aliona umoja wa wananchi kumwondoa na kuupata uhuru. Wa sasa anasema atatumia ujanja na hawatakuwa na raha.

Ukoloni anasema yeye alitenda mema na hivyo anawaaga.

Ukoloni Mamboleo anaapa kuwatia mabaya eti wao ni wazimu na hawajui lolote. Ukoloni hana wivu lakini ana huzuni kuwa wananchi watateseka.

Eleza matumizi ya majazi katika shairi hili. (alama 2)

Ukoloni – Viongozi wa awali.

Ukoloni Mamboleo – Viongozi wa sasa.

Bainisha toni la shairi hili. (alama 2)

Waama, ni toni ya kujinaki/kujishaua – ati akiingia uongozini watu watamtambua; wataona ukali wake.

Ni toni ya huzuni na masikitiko – kiongozi anayeondoka anasikitika kuwa wananchi watatiwa mashakani.

Toni ya kujitakasa – Ukoloni anasema yeye anaondoka na kwamba hakutenda mabaya.

Aidha, kuna toni ya kuapa – Ukoloni Mamboleo anasema kuwa atatenda mabaya zaidi.

Eleza umuhimu wa viishio vya beti za shairi hili. (alama 4)

Ni vifupi na hivyo vinatoa ujumbe kwa namna iliyo madhubuti.

Vinaunga ujumbe wa kila ubeti; vinasisitiza ujumbe wa shairi.

Vinachimuza au kuonyesha dhamira au mwelekeo wa mshairi kuhusu hali ya uongozi.

Mmoja anataka apishwe aendeleze uongozi wake mbaya na mwingine anaaga kwani anatoka mamlakani na anataka asizuiliwe.

45. Soma shairi lifuatalo kisha ujibu maswali yanayofuata.

1. Hisani inanyunyuza,
   Mdogo ikamkuza,
   Kinda itamkuza,
   Hisani ikamlea.

2. Hisani na ukarimu,
   Hadi ni vitu muhimu,
   Mfanowe mlizamu
   Hisani kufadhiliwa.

3. Hisani jama johari,
   Haipati mjasiri,
   Ni joho lenye fahari,
   Hisani ukitumia.

4. Basi sikia watoto,
   Hisani ni jambo zito,
   Si pesi kama kokoto,
   Si kitu cha kubeua.

5. Hisani yaweza kupa,
   Utajiri kukukopa,
   Ukaweza kunenepa,
   Lafidhi njema kutoa.

6. Ihsani haiozi,
   Mfano kama mizizi,
   Zaidi ya utoshezi,
   Unapoitumilia.

7. Hisani ni kama fimbo,

8. Hisani njema huweka,

Husotea hat ng'ambo,
Ikawavuta warembo,
Hisani bila udhia.

Ni akibayo ya myaka,
Japo wito kiitika,
Hisani itasalia.

9. Basi dunia si fosi, Yataka
mwendo wa ngisi,
Wawapi kina Msosi,
Nguvu walikitumia.

10. Ikupe mema makazi,
Wewe na wako uzazi,
Iwe kama simulizi, Na
wana wakitumia.

11. Nanyi ndugu fikirini,
Muikumbuke hisani,
Haiozi ihisani,
Daima huchipukia.

12. Hisani yanipa sifa,
Yanongeza maarifa,
Na hata kama nikifa,
Wanangu watatumia

13. Watatumia maisha,
Hisani nilobakisha, Hadi
mwisho wa maisha, Na
kuondoka dunia.

14. Najua mtakubali,
Haya bila shikeli,
Asiyejua fadhili,
Nyama kasoro mkia.

(a) Fafanua arudhi zilizotumiwa kutunga shairi hili.
    (alama 4) Hakuna kibwagizo katika shairi hili.
    Shairi hili halijagawa vipande kwa hivyo lina kipande
    kimoja tu. Mizani ni minane katika kila mshororo.
    Kuna mtiririko wa vina katika kila ubeti lakini mtiririko huu
    unarejelea tu ubeti husika
    Na wala sio shairi zima.

(b) Kina kinachokaririwa sana katika shairi hili huitwaje?
    (alama 1) Chaitwa bahari.

(c) Shairi hili huitwaje? (alama 1)
    Utenzi / utendi. Kipande huwa ni kimoja tu.

(d) Ukirejelea shairi hili, fafanua sifa za mashairi ya aina hii.
    (alama 4) Huwa na beti nyingi, hata elfu!
    Huwa na kipande kimoja tu, yaani halijagawa vipande.
    Mashairi kama haya hushughulikia maswala mazito au ya
    kihistoria. Mizani huwa aghalabu nane (8) katika kila mshororo.

143

Kina cha mwisho kila ubeti huhifadhiwa.

(e) Ni upi ujumbe wa mshairi? Toa mifano minne (alama 4)

Yamkuza na kumlea hadi ukubwani.(ubeti wa 1)

Yaweza kukutajirisha. (ubeti wa 5)

Ni akiba inayodumu; ukifa itadumu/ hubakia/ itakumbukwa. (ubeti wa 8) Hukusaidia kupata makazi mazuri. (ubeti wa 9)

Huongeza maarifa na huifaa aila/ jamaa zetu. (ubeti wa 10)

(f) Taja na ufafanue mifano minne ya mbinu za matumizi ya lugha katika shairi. (alama 4)

Tashihisi/ uhuishi/ uhaishaji:- Hisani inanyanyua -Yaweza kupa utajiri. Methali :-Dunia mwendo wa ngisi.

-Hisani haihozi.

Tashbihi(a) :-Hisani kama johari, hisani kama fimbo. Jazanda / istiara:-Hisani ni joho la fahari.

(g) Linganisha na kutofautisha maneno 'Hisani na Ihisani.'

(alama 1) Maana yazo ni sawa.

Tofauti ni mizani. Hisani lina mizani mitatu huku 'ihisani' likiwa na minne.

(h) Taja mistari unaolingana kimaana na *Japo wito kiitika.* Hata kama nikifa (ubeti wa 12).

46. Soma shairi lifuatalo kisha ujibu maswali yanayofuata.

1.Piteni jamani piteni, piteni haraka,

Nendeni, nendeni huko mwendako,

Mimi haraka, haraka sina,

Mzigo wangu, mzigo mzito

mno, Na chini sitaki kuuweka.

2.Vijana, kwa nini hampiti,

Kwa nini mwanicheka,

Mzigo nilioubeba haupo kichwani,

Lakini umenipinda mgongo na miguu,

Na lazima nijiegemeze, kichwa chini nendako.

3. Haya piteni! Piteni haraka! Heei!
   Mwafikiri mwaniacha nyuma !
   Njia ya maisha ni moja tu,
   Huko mwendako ndiko nilikotoka, Na
   nilipofika wengi wenu hawatafika.

4. Kula nimekula na sasa mwasema,
   Niko nyuma ya wakati,
   Lakini kama mungepita mbele,
   Na uso wangu kuutazama,
   Ningewaambia siri ya miaka mingi.

MASWALI / MAJIBU

(a) Ni mzigo gani unaozungumziwa katika shairi? Thibitisha. (alama 3)

   Mzigo hapa umetumiwa kwa maana ya taabu za kimaisha.

   Uzito wa maisha. Ameyapitia yala vijana wanayapitia

   sasa. Ataka usaidizi-lazima ajiegemeze.

   Kulemewa kimaisha.

(b) Toa ujumbe unaodokezwa kutokana na mafungu yafuatayo:

(i) Njia ya maisha ni moja tu. (alama 1)

   Hali ya maisha ni sawa kwa binadamu wote, ni kama njia na sote tunapitia. Yote mnayoyapitia (vijana) sasa mimi niliyapitia wakati wangu.

   Kule nimefika, yaani umri mpevu, wengi wenu hamtafika

(ii) Kwa nini mwanicheka kisogo? (alama 1)

Anauliza kwa nini wanachekelea uzee wake au kwa nini wanadharau asili/ ukale wake.

(iii) Na nilipopafika wengi wenu hawatafika (alama 1)

   Maana yake ni kuwa kule amefika kiumri vijana wengi hatafikisha.

(c) Mwandishi anasema kuwa anaweza kuwaambia vijana siri ya miaka mingi. Hii ni siri gani? (alama 3)

   Siri ya miaka mingi hapa inarejelea ujuzi wa maisha kutokana na kuishi kwingi. Maisha ya ujana hadi utu uzima.

   Hajachelewa (nyuma ya wakati), anakwenda na wakati.

(d) Thibitisha kuwa utunzi unaweza kuchukuliwa kuwa ni shairi.
   (alama 6) Lina mizani.

   Lina mishororo.

   Kuna beti.

Matumizi ya mazida (kurefusha neno ili kwa madhumuni ya kutosheleza vina au mizani) –kuutazama badala ya kutazama.

Matumizi ya inkisari –mwendako badala ya mnakoenda.

(e) Pendekeza methali zozote mbili zinazodokezwa katika utunzi huu.

(alama 2) Haraka haraka haina Baraka.

Kuishi kwingi kuona mengi.

(f) Taja na kutolea mifano mbinu zozote mbili za lugha katika shairi hili.

(alama 2) Balagha : Kwa nini hampiti?

Takriri : *Harakaharaka* piteni.

Siyahi : Haya piteni! Piteni haraka! Heei!

47. Soma mashairi yafuatayo kisha ujibu maswali yanayofuata.

SHAIRI 'A'

1

Baba panga walinoa, makali
kutia, Nini kigumu zidia, wataka
katia, Pekeo wajisemea, mori
kuzidia, Baba naogopa!

2

Baba kiiona hiyo, mikunjo
pajini, Tabasamu uli nayo,
haipo usoni, Inaogofya surayo,
mtima kugusa, Baba naogopa!

3

Moyoni wajiwazia, kichwa
kutikisa, Jambo gani fikiria, mtima
kugusa, Unapanga kipangua,
moyo kukuasa, Baba naogopa!

4

Baba unatufungia, nyumbani mo kweli,
Panga linatishia, lilo na makali,
Baba nini yako nia, jibu langu
swali, Baba naogopa!

5

Baba mwili wakucheza, meno kakenua,

Mboni nyekundu tuliza, kaka
kakazia, Baba sichoki kuliza,
niayo nambia, Baba naogopa!

6

Baba kiwa ni lazima, kutaka
tuuwa, Tufukuze tu wazima, Mola
hurumia, Tungawa hatuna mama,
mja saidia, Tuna haki kwishi!

7

A! Baba kaka kafyeka, umeshamuuwa!
Kakukoseani kaka, huruma nonea,
Na mwingine umeshika,
Hata naye piya?
Baba situuwe! 8

Masikini ndugu zangu, njoni
tukimbie, Shikeni kiganja changu,
mbali kimbilie, Mili yenu ole wangu,
barafu fanoe, Baba meshauwa!

9

Baba na watu watatu naye, wanao damuyo,
Ona kijito damuye, wapi imaniyo?
Jiwe huruma usiye, katili wa
moyo, Baba situuwe!

10

Baba wanijia pia, nami kumaliza,
Wa nini ulituzaa, bila ya kuwaza,
Na kifo kuhitimia, kukuza
soweza, Baba waniuwa!

SHAIRI 'B'
Pindi ilipomjia, khabari za binti kazaliwa,
Uso ulimsawijika, kwa soni
akachanganyikiwa, "Hii ni nukhusi?
Aka, ni nakama!

La, ni neema!

147

Bali si beluwa?"
Wapi uso aufiche?
Au mchangani auzike?
Izara hii asiipate!
Ya kuzaliwa 'mke'.

Nitawatolea kisa......
Nawatangulizia sasa,
Kisa kilichoanza,
Kinachoendelea hasa,
Hakijawahi kukoma,
Baharini wala bara,
Kote kimeenea,
Namna wanavyomtesa,

Kiumbe dhalili wamemfanya,
Lini atathaminiwa?
Kisa chenyewe kitendawili,
Mwenye busara atoe taawili,
Ya haya mambo mawili,
Maisha bila 'mke' ni awali,
Kisa kingeendelea?
Lulu iliyohifadhiwa ni la pili,
Kisa kingeendelea?

MASWALI / MAJIBU

(a) Lipe shairi la 'A' kichwa mwafaka. (alama
2) Baba naogopa.
Baba usituuwe
Baba.

(b) Eleza dhamira ya : (alama2)
(i) Shairi la 'A'.
Mtoto analalamika baba yake
kuwazaa. Anaona aibu.
Anaogopa.
(ii) Shairi la 'B'

148

Baba analalama kuzaliwa binti.

Anaona aibu kwani utamaduni na jamii utamkejeli.

(c) Taja arudhi za shairi 'A'. (alama 4)

Lina jumla ya beti kumi. (10)

Bahari ya msuko. Maneno katika kila mshororo wa mwisho wa kila ubeti umefupishwa.

Tarbia. Kila ubeti una mishororo minne.

Limegawa vipande viwili, ukwapi na utao.

(d) Fafanua ujumbe wa shairi la 'B'. (alama 2)

Mume ndiye anayelalamika kuzaliwa binti. Bila wanawake maisha hayatakuwa kamilifu.

(e) Shairi la 'A' ni la bahari gani? Thibitisha jibu lako. (alama 2) Tarbia, lina mishororo minne katika kila ubeti.

Msuko, mshororo wa mwisho katika kila ubeti umefupishwa.

(f) Andika ubeti wa saba wa shairi la 'A' katika lugha ya nathari. (alama 4)

Ndugu zangu maskini njooni tutoroke.Mnishike mkono wangu ili tukimbilie mbali. Miili yenu ni baridi, mfano wa barafu. Baba ameangamiza; ameua.

48. Soma shairi lifuatalokisha ujibu maswali yanayofuata.

1.Jicho, tavumiliaje, kwa hayo
uyaonayo? Kicho, utasubirije,
maonevu yapitayo, Kwacho, lijalo,
nimechoka vumiliyo, Naandika!

2.Moyo, unao timbuko, maudhi tuyasikiayo,
Nayo, visa na mauko, wanyonge
wayakutayo, Kwayo, sina zuiliko, natoa
niyahisiyo, Naandika!

3.Hawa,wanatumiliya, dhiki wavumiliayo,
Hawa, mamiya mamiya, na mali
wazalishayo, Hawa, ndo wanaoumiya, na
maafa wakutayo, Naandika!

4. Hawa, sioni wengine, kwao liko
   angamiyo, Hawa, uwapa unene, watukufu
   wenye nayo, Hawa, bado ni wavune, kwa
   shida waikutayo, Naandika!

5. Bado, wawapo mabwana, wenye pupa na
   kamiyo, Bado, tofauti sana, kwa pato na
   mengineyo, Bado, tuling'owe shina, ulaji na
   pia choyo, Naandika!

MASWALI / MAJIBU

(a) Shairi hili laweza kuwekwa katika bahari tatu. Taja na kueleza.
   (alama 3) Tarbia – lina mishororo minne katika kila ubeti.
   Msuko - kibwagizo kimefupishwa.
   Ukawafi – limegawa vipande vitatu na kila mshororo una mizani 16.

(b) Eleza dhamira ya mshairi. (alama 2)
   Mshairi anawahimiza watu, hasa wanyonge, wainuke na kupinga
   maovu na maonevu wanayotendewa na matajiri na wenye uwezo.

(c) Onyesha mifano miwili ya uhuru wa kishairi kama ilivyotumika katika
   shairi. (alama2)
   Inkisari (ufupishaji kwa minajili ya kutosheleza mizani na vina) –
   Ameandika vumiliyo badala ya kuvumilia. Pia ameandika katika
   kibwagizo msuko 'Naandika' badala
   ya ninaandika.
   Tabdila (kubadilisha muundo wa neno bila kuathiri mizani) Ameandika
   mamiya badala ya mamia, tuling'owe badala ya tuling'oe.

(d) Andika ubeti wa tatu kwa lugha ya nathari. (alama 4)
   Hawa wanaotulimia wanavumilia dhiki. Wao ni wengi na ndio huzalisha mali. Wao
   ndio wanaumia na kupata mateso. Ninaandika wanayokumbana nayo.

(e) Tambulisha kwa kutolea mifano mbinu zozote tatu za sanaa. (alama3)
   Balagha (maswali ambayo majibu yake ni bayana) –Unayaonaje?
   Usiyahi/ nidaa (matumizi ya alama ya alama ya hisi)- Naandika!
   Kinaya (kinyume cha matarajio)- Watukufu wenye nayo.

(f) Fafanua sifa za kiarudhi katika ubeti wa tano. (alama 3)
   Shairi limegawa vipande vitatu ila kibwagizo chake ambacho ni cha msuko.

Mpangilio wa
mizani 2 –6- 8 2- 6
-8 2 -6 -8 4

Vina vya ukwapi, utao na mwandamizi vinaoana (vinatiririka)

do – na – yo,   (a – b- c)
do – na - yo,   (a – b -c)
do – na - yo,   (a – b- c)
ka.   (d)

(g) Eleza maana ya maneno yafutayo kama yalivyotumika katika shairi.(alama 3)
(i) Zuiliko.

Kizuizi / kizingiti /kizuizi

(ii) Wavune

Wachovu / wadhaifu.

(iii) Wenye pupa na kamiyo.

Walafi / walio na tamaa iliyovuka mipaka.

49. Soma shairi lifuatalo kisha ujibu maswali.

1.Tohara, kwa mwanamke, ni
  hatari, Madhara, kwa wake uke,
  hushamiri, Hasara, ya peke
  yake, hudhihiri, Zinduka!

2.Epuka, hao ngariba, wajuaji,
  Hufika, navyo viroba,
  wachinjaji, Kumbuka, hawana
  tiba, wauaji, Zinduka!

3.Kiwembe, kilochafuka, na kibutu,
  Viumbe, huathirika, ni kwa kutu,
  Siombe, yakakufika,mwana
  kwetu, Zinduka!

4.Maradhi, hujitokeza, ya vidonda,
  Yaridhi, kujichomoza, pepopunda,
  Na hedhi, hukuchagiza, ikavunda,
  Zinduka!

5. Isiwe, wembe mmoja, wengi
   wari, Ujuwe, UKIMWI huja, ni
   hatari, Na iwe, katu si hoja,
   kuwa mwari, Zinduka!

6. Mzazi, kujifunguwa, idhilali,
   Huwezi, kujitanuwa, ni muhali,
   Ni wazi, husumbuliwa, na
   misuli, Zinduka!

7. Wacheni, mila dhaifu,
   zinatesa, Kwepeni, amali
   chafu, na waasa, Shikeni,
   uadilifu, tangu sasa, Zinduka!

MASWALI / MAJIBU

(a) Kwa mujibu wa mshairi, tohara kwa wanawake inastahili kupigwa marufuku.Fafanua.
   (alama 2)
   Inasababisha maafa.
   Ni mila na desturi iliyopitwa na wakati.
   Ni amali chafu na dhaifu isiyozingatia uadilifu. Huleta madhara mengi.

(b) Taja magonjwa matatu yanayosababishwa na tohara kwa wanawake.
   (alama 3) Ukimwi (Upungufu wa kinga mwilini).
   Pepopunda.
   Maradhi ya vidonda.
   Kuvunda hedhi.

(c) Eleza ujumbe unaojitokeza katika ubeti wasaba. (alama 1)
Mshairi anashawishi jamii kutupilia mbali mila na desturi ambazo zimepitwa na wakati na na ambazo hazifai na zinawatesa wanawake. Anashauri kufuata uadilifu.

(d) Toa neno moja lenye maana sawa na *tohara kwa wanawake*.
   (alama 1) Ukeketaji.

(e) Fafanua maana ya mishororo ifuatayo : (alama 2)

(i) Epuka, hao ngariba, wajuaji.
   Jiepushe na wale wapashaji tohara na wajanja.

(ii) Kiwembe, kilochafuka, na kibutu.

152

Wembe unaotumiwa ni mchafu.

(f) Eleza sifa za ngariba kulingana na mshairi. (alama 1)

Ngariba ni mchafu, muuaji, katili, mwenye kueneza magonjwa, si matabibu kwani hawawezi kutibu maradhi ambayo wameyasababisha.

(g) Eleza maana ya maneno yafuatayo :

(i) Kibutu.

Kisichokuwa na makali.

Kisichopata; ncha zisizo na makali. (ii) Ikavunda.

Ikanuka, ikaoza , ikachacha.

(iii) Wari.

Wanawali, mabikira.

(iv) Muhali.

Vigumu kufanyika.

(v) Amali.

Desturi zinazokubalika katika jamii.

50. Soma shairi lifuatalo kisha ujibu maswali yanayofuata.

1

Una moyo gani, n'nakuuliza, wangu
muhisani? Na kiasi gani, unavyojiweza, ijapo
tufani? Ukiwa laini, utajipoteza, usijibaini,
Kusimama pweke kwataka makini.

2

Zitavuma pepo, zitakupuliza, uanguke
chini, Ela uwe papo, unajikweleza, na
kujiamini, Utikishapo, umejiumiza, pigo la
moyoni, Kusimama pweke kwataka makini.

3

Utie migati, ya kukuoteza, hapo aridhini,
Kwa nia ya dhati, usiogeuza, au kubuni
Zidate baruti, uwe wapuuza, weleke
sokoni, Kusimama pweke kwataka makini.

4

Sishike vishindo, na mauzauza, ya kukuzaini,

Kita kama nyundo, ukiniuliza, unayoamini,
Na uje mkondo, utadidimiza, kujipa
mizani, Kusimama pweke kwataka makini.

5

Wengine wasiwe, unaoweleza, yaliyo
maanani, Wewe ndiwe, utawafeuza,pindipo
mwakani, Ela jichukuwe, pia kujikaza, katika
midani, Kusimama pweke kwataka makini.

MASWALI / MAJIBU

(a) Eleza umbo la shairi hili. (alama 2)

Tarbia- lina mishororo minne katika kila ubeti.

Ukawafi- limegawa vipande vitatu na jumla ya mizani ni 16 ila
kibwagizo chake ambacho kimefupishwa.

Msuko- kibwagizo kimefupishwa.

Jumla ya beti ni tano.

(b) Ukizingatia shairi ulilopewa, eleza jinsi mtunzi alivyotumia uhuru wa
mshairi. (alama 6)

Tabdila- kubadili tahajia la neno : Jichukuwe badala ya jichukue

Inkisari- kufupisha neno ili kutosheleza vina au mizani : Ameandika
'kwataka' badala ya kunataka, 'sishike' badala ya usishike.

(c) Ni ujumbe gani unaotolewa na mshairi kwa wasomaji wake?

(alama 2) Kusimama pweke kunhitaji makini.

Ukitaka kujitegemea, lazima uwe imara, ustahimili
tufani. Uweze kustahimili pepo kali zisikuangushe.

Upuuze maneno ya waja yasikutie
wasiwasi. Ni muhimu ujikaze.

(d) Kibwagizo cha shairi hili kina maana gani? (alama 2)

Ukitaka kujitegemea au kujisimamia mwenyewe, unahitaji uwe mwangalifu.

(e) Eleza mbinu za lugha zilizotumika katika ubeti wa kwanza wa shairi. (alama 3)

Balagha/ mubalagha ni maswali yasiyohitaji majibu. Yametumiwa katika
mshororo wa kwanza na wa pili.

Taswira ni picha inayokujia akilini unasikiza maelezo
unayotolewa au unaposoma

kazi ya fasihi. Imetumiwa kutoa dhana ya dhoruba inayotokana na upepo mkali.

(f) Eleza maana ya maneno haya kama yalivyotumika katika shairi. (alama 5)

(i) Muhisani.

Mfadhili, mkarimu.

(ii) Migati.

Mihimili, nguzo za chuma.

(iii) Kuihuni.

Kuiacha

(iv) Utadidimiza

Utazama.

(v) Kukuzaini.

Kushawishi kutenda uovu.

MASWALI YA KUFANYIA MAZOEZI YA MARUDIO

(51) Soma shairi lifuatalo kisha ujibu maswali yanayofuata.

1

Walimwengu nambieni

Mie nipate fahamu,

Hawano vijana wetu,

Wameingilia yapi mambo

Hulkazo hawa wana, tewengu zatia

waja, Sampuli ya hivi vikembe,

Ipi jama nelimisha.

2

Watembea kwa vishindo,

Mirindimo ardhi tia,

Ole wako kikutana, nao hawa masultani,

Takupita ja risasi, vikumbo nusura

upigwe, Wanadai maisha ni shoti,

Wapapie kwa haraka.

3

Libasi nalo latisha, wazee wabugia

chumvi, Ati hiyo ndo fashoni, ivutayo insi,

Vizibau vyeupe kanda,
Za fito mabegani,
Spaghetti waziita,
Kipinga taitwa limbikeni.

4

Viatu vyachuchumia, ati mbingu wafikila,
Magotini vyabisha hodi, waungwana
waole, Vishati vya kuning'inia,
Matumboni ja kima,
Waso haya hawa,
Wana mji wao ati.

5

Kikutana nao njiani,
Manywele timtim,
Kisaili taambiwa, maashiki wa rasta, Bobu
Mai waabudu, ndo Jagina wao wana,
Ziki lao la kisasa, la kushangaza wengi waja,
Sautiyo masikio, yapasua yao viwambo,
Kisikiza ole wako, tujipata umepokwa, Masikio
uzeeni, tabakani hangaika.

6

Na hapo jahazi langu ufuoni
lafikile, Enyi vijana pulika,
Ya   kisiasa   kufuata,
Bila hadhari si haki,
Tuchuje yenye tijara,
Ya izara tupulize,
Hishima tudumishe, tamaduni tuienzi.

(a) Ni maudhui gani yanayojitokeza katika shairi hili? (alama 4)
(b) Onyesha mifano miwili ya matumizi ya mishata na mishororo kamilifu. (alama 2)
(c) Andika ubeti wa pili kwa lugha ya nathari. (alama 4)
(d) Onyesha jinsi mwandishi alivyotumia uhuru wa kishairi. (alama 4)
(e) Mwandishi amezingatia kanuni zipi za ushairi katika shairi hili? Tolea
     mifano. (alama 4)

(f) Eleza maana ya maneno hata kama yalivyotumika katika shairi. (alama 2)
  (i) Pulika.
  (ii) Limbukeni.

(52) Soma shairi lifuatalo kisha ujibu maswali.

Kua.
Sikia.
Angalia.
Bongo tumia.
Hadaa dunia.
Mwerevu hutulia.
Mwenye pupa huumia.
Papariko zina udhia.
Sura si kitu kujivunia.
Ukiwa hujafa hujatimia
Mcheza na tope humrukia.
Asiyetosheka mtumwa wa dunia.
Roho mtoro ipendapo kukimbilia.
Sudi si ya kulilia. Sikuye huwadia.
Watu wote ni sawa hakuna duni kwa Jalia.
Achekapo mwenye meno kibogoyo huungulia.
Zaidi mtu apatavyo ndivyo tamaa huzidia.
Uangaliapo mbele yako na kando yako angalia.
Katika kuishi na wenzetu, sharti tuwe twavumilia.
Hakuna mtoto haramu, vitendo ndivyo haramu.
Pasi na viganja viwili kofi haliwezi haliwazi kulia.
Sikiliza ya wengi bali lako shikilia.
Binadamu ni wa ila hapana alotimia.
Asiyeridhika ni fukara kupindukia.
Uongo sawa, ukweli watu hususia.
Hakuna raha kamili kwenye dunia.
Ajali huwezi kuitambikia.
Ungali hujatenda fikiria.
Maisha ni ya kuyanyatia.
Mali siyo ya kuringia.

Utu bora ni tabia.
Dhiki kuvumilia.
Sipende kulia.
Shika wasia.
Fikiria.
Wazia.
Tua.

(a) Shairi hili ni la aina gani? (alama 1)
(b) Taja lengo la mshairi. (alama 2)
(c) Kwa nini utungo huu unachukuliwa kuwa shairi? (alama 3)
(d) Kwa kutoa mifano, onyesha mbinu mbili za kifasihi zilizotumiwa na
     mshairi. (alama 4)
(e) Ni ipi hadhira lengwa ya shairi hili? (alama 2)
(f) Eleza jinsi mshairi alivyoshughulikia dhana zifuatazo: (alama 6)
     (i)   Tamaa
     (ii)   Bahati
     (iii) Umaskini
(g) Eleza maana ya msamiati ufuatao kama ulivyotumika katika shairi. (alama 2)
     (i)   Jalia
     (iii) Ila

(53) Soma mashairi yafuatayo kisha ujibu maswali.

SHAIRI 'A'
Umekata mtima
Umeangukia nyumba yako
Umeziba mto hasira,
Na utahama,
Watoto kuwakimbia.

Mbuzi kumkaribia chui,
Alijigeuza panya
Akalia kuliwa mpaka
Mchawi kutaka sana kutisha na miguu

SHAIRI 'B'
Piteni jamani, piteni haraka,
Nendeni, nendeni huko mwendako,
Mimi haraka, haraka sina.

Mzigo wangu, mzigo mzito mno,
Na chini sitaki kuuweka,
Vijana, kwa nini hampiti?
Kwa nini mwanicheka kisogo?

Mzigo nilioubeba haupo kichwani,

158

Alijigeuza sambachini
Akalia na risasi kichwani.

Jongoo kutaka sana kukimbia
Aliomba miguu elfu
Akaachwa na nyoka

Hadija wapi sasa utakwenda
Bwanako kumpa sumu?
Hadija umemshika nyoka kwa mkia,
Hadija umepita nyuma ya punda.

Lakini umenipinda mgongo na miguu,
Na lazima nijiegemeze, kichwa nendako.

Haya piteni! Piteni haraka! Heei!
Mwafikiri mwaniacha nyuma!
Njia ya maisha ni moja tu,
Huko mwendako ndiko nilikotoka,
Na nilipofika, wengi wenu hawatafika.

Kula nimekula,
Na sasa mwasema niko nyuma,
Lakini kama mungepita mbele,
Na uso wangu kuutazama,
Ningewaambia siri,
Siri ya miaka mingi.

(a) Haya ni mashairi ya aina gani? (alama 2)

(b) Washairi hawa wawili wanalalamika. Yafafanue malalamiko yao. (alama 4)

(c) Onyesha jinsi kinaya kinavyojitokeza katika tungo hizi mbili. (alama 4)

(d) Ni vipi Hadija: (alama 4)

   (i) Amekata mti mtima

   (ii) Amepita nyuma ya punda.

(e) Kwa kurejelea shairi 'B', eleza maana ya: (alama 4)

    (i) Mzigo

    (ii) Siri

    (iii) Kula nimekula

    (iv) Niko nyuma ya wakati.

(f) Toa mfano mmoja wa uhuru wa ushairi kwa kurejelea mashairi haya. (alama 2)

(54) Soma shairi lifuatalo kisha ujibu maswali yanayofuata.

1. Taona yatima mwana, mzazi yualia,
   Na wakumkidhi hana, wa hali kumjulia, Na
   wenye bahati wana, wazazi hutupilia,
   Kweli palipo miiti, hapana kamwe wajenzi.

2. Wengi taona vijana, wakwasi kupindukia,

Taabu hata hawana, masoma wayachukia,

Maskini wake mwana, shule sana alilia,

Kweli palipo miiti, kamwe hapana wajenzi.

3. Shule kubwa utaona, mema anajifanyia,

Upendo anao tena, amani ajitakia,

Wa kumpenda hakuna, hasidi waharibia,

Kweli palipo miiti, kamwe hapana wajenzi.

4. Mwenyewe juhudi taona, mema anajifanyia,

Upendo anao tena, amani anajitakia,

Wa kumpenda hakuna, hasidi waharibia,

Kweli palipo miiti, kamwe hapana wajenzi.

5. Na uwe mzuri mwana, kila jema kimbilia,

Umche hata Rabana, wakutamani wa njia,

Wazazi walevi sana, ndugu mate hutupia,

Kweli palipo miiti, kamwe hapana wajenzi.

(a) Andika kichwa mwafaka kwa shairi hili. (alama 2)

(b) Eleza maudhui yanayojitokeza katika shairi huku ukitolea mfano.(alama 2)

(c) Onyesha jinsi uhuru wa kishairi unavyojitokeza katika shairi. (alama 3)

(d) Taja na kuthibitisha bahari zinazojitokeza katika shairi hili. (alama 6)

(e) Chambua muundo wa shairi hili. (alama 4)

(f) Kwa nini mwandishi ameandika 'miiti' badala ya miti? (alama 2)

(g) Andika tamathali ya usemi inayojitokeza katika mshororo wa mwisho. (alama 1)

(55) Soma shairi lifuatalo kisha ujibu maswali.

1. Tumestaarabika, na kazi tunachukia,

Kazi kando tunaweka, tukifanya

twalipua , Kazi kwetu ni udhia.

2. Udhia wa kuepuka, kwa akili kutumia Mashine

tumeyaweka, mengine tunagundua,

Uvivu umetutia, ustaarabu wetu.

3. Angalia wanawake, uvuvu wameingia,
   Huchukua jiko mke, mpishi
   akamwachia, Na wengine vibarua.

4. Vibarua si wa kike, si wa kiume wajaa,
   Hao chakula wapike, na nguo kutufulia,
   Uvivu umetulia, ustaarabu wetu.

5. Waume mu kitandani, huku jua linapaa,
   Matongo tele machoni, eit chai
   mwajinywa , Pamoja na kitumbua.

6. Kitumbua ofisini, kwa gari mwakimbilia,
   Na huku kazi kitini, simu kuwa zinalia,
   Uvivu umetulia, ustaarabu wetu.

7. Mwenzangu baba kabwela, naye kavila
   saa, Ataachwa analala, mke shamba
   tangulia, Mume nyuma afatia.

8. Afatia na makwela, redio kaichukua, Na
   shambani atokela, saa kaichungulia,
   Uvivu umetulia, ustaarabu wetu.

(a) Lipe shairi hili kichwa mwafaka.
(b) Shairi hili ni la aina gani?
(c) Eleza maudhui ya shairi hili.
(d) Andika ubeti wa pili kwa lugha ya nathari.
(e) Toa mifano yoyote minne ya inkisari na sababu za mtumizi kuitumia.
(f) Ni nini umbo la shairi hili
(g) Eleza maana ya maneno yafuatayo kama yalivyotumiwa katika shairi.
   (i) Udhia
   (ii) Uvivu umetulia, ustaarabu wetu.
   (iii) Vibarua

(iv) Kutwa.

(56) Soma shairi lifuatalo kisha ujibu maswali.

1.Naja sasa ni ndiyani, naja kwetu mzalendo,
Naja nirudi nyumbani, nilowekwa nako kando,
Kwetu 'mi nakutamani, kulo na mwingi uhondo,
Nijaye ni ile nyundo, misumari hadharini,

2.Naja kwingine kuwapi, kulojaa langu pendo,
Nenda nende kwinginepo, sawa nako kwa
muundo, Kaa kwingine anapi, ela kwenye lakwe
gando, Nijaye ni ile nyundo, misumari hadharini.

3.Naja nije rudi papo, paningendeme mgando,
Ningawaambwa kwetu, kwamba kwanuka uvundo,
Sitakwenda penginepo, tarudi kwa mwandao, Nijaye
ni ile nyundo, misumari hadharini.

4.Naja sitapakimbiya, ningambwa kuna vimondo,
'takuja kuvielekeya, vingajiya kwa rundo,
Nilipozawa, 'tafiya, sikimbii kwenda kando,
Nijaye ni ile nyundo, misumari hadharini.

5.Naja hiwa 'mekomaa, kuzidi nilivyo mwando,
Tena najiandaa, kwa fikira na vitendo,
Kwetu nije kuifaa, na kuitiliya pondo,
Nijaye ni ile nyundo, misumari hadharini.

6.Naja na jingawa, siwaekei mifundo,
Moyo wangu ushatuja, mawi nalotendwa
mwando, Ela wataoningoja, na viwiviwi vitendo,
Nijaye ni ile nyundo, misumari hadharini.

(a) Lipe shairi hili anwani mwafaka. (alama 2)
(b) Eleza jinsi kanuni za utunzi zilivyotumiwa kusarifu shairi hili. (alama 4)

(c) Kwa kutoa mifano,eleza jinsi uhuru wa ushairi ulivyotumiwa. (alama 4)

(d) Andika ubeti wa nne katika lugha ya tutumbi. (alama 4)

(e) Eleza ujumbe unaopatikana katika ubeti wa tatu. (alama 2)

(f) Andika maneno haya katika lugha sanifu. (alama 4)

   (i) Ndiyani

  (ii) Nilowekwa.

 (iii) 'tafiya

 (iv) Mawi

(57) Soma shairi lifuatalo kisha ujibu maswali.

MANENO MUSIYARUKIE

1.Kurukia si kuzuri, maneno musiyarukie,

Mutakuja zusha shari, makonde muyabugie,

Mukimbie kwa ghururi, kama kuku mukimbie,

Maneno musirukie, wasemapo majabari.

2.Wasemapo majabari, maneno musiyarukie,

Hasa waliyo jeuri, kamwe musikurubiwe,

Ndondi zitawaaziri, na kwa Mola mutubie,

Maneno musiyarukie, wasemapo majabari.

3.Hii nayo ni kiburi, lisemwalo murukie,

Yafaa mujihadhari, gumzo mulisikie,

Musije watu hasiri,magumi yawashukie,

Maneno musirukie, wasemapo majabari.

4.Imezukapo hatari, hii leo nikwambie,

Msemaji mhodari, uhodari ajitie,

Kapambana na jabari, la kufanya asijue,

Maneno musirukie, wasemapo majabari.

5.Kabla hayajakiri, jitu limgeukie,

Likamzaba hodari, naye mbio akimbie,

Likamkazia shari, na mbio asizijue,

Maneno musirukie, wasemapo majabari.

(a) Onyesha mpangilio wa vina katika ubeti wa tano.

(b) Thibitisha matumizi ya pindu katika shairi hili.

(c) Toa mifano miwili ya uradidi katika shairi hili.

(d) Taja, ueleze na utoe mfano wa matumizi yoyote mawili ya uhuru wa kishairi kama . zinavyojitokeza katika shairi hili.

(e) Kuna madhara gani kwa mtu anayerukia maneno?

(f) Fafanua dhamira ya mshairi.

(58) Soma shairi lifuatalo kisha ujibu maswali.

1.Hisia Ewe
  hisia!
Umeniamshia ndoto niloisahau
zamani. Umeliamsha mwangu
moyoni. Nyimbo ya kale
Na mdundo usomvutia
Ila hayawani wa mwangu rohoni.

2.Tulia sasa tulia
  Hebu tulia ewe hisia ulo
  mtimani Nataka katu kusisimka
  Kwa sauti yako laini
  Kwani njia zetu ni
  panda Daima hazioani.

3.Umesubutu vipi kuniita Kutoka
   mwako ngomeni
   Ulimosahauliwa tangu zamani
   Basi yawache maombolezi yako yaso
   maoni, Yawateke hao mashujaa wa kale
   Watu walo kaburini.

4. Hebu tulia, usiniingilie
   Usinihangaishe!
   Kukuandama katu haimkini
   Kwani hata sasa….kwa kukuwaza tu dakika
   hini Naona majuto ya mbali moyoni

Kama kwamba nimegawa wangu wakati
Na wazimu, majinuni.
Basi nenda zako hisia…shuu…hebu tokomea!

(b) Huu ni utungo wa aina gani? (alama 2)

(b) Kwa kutoa mifano, fafanua sifa zinazoufanya utungo huu kuwa shairi. (alama 4)

(c) Eleza mawazo ya mshairi katika shairi hili. (alama 4)

(d) Dondoa mbinu nne za kimtindo katika shairi hili. (alama 4)

(e) Andika ubeti wa tatu katika lugha ya nathari. (alama 4)

(f) Toa maana ya maneno haya kama yalivyotumika. (alama 2)

     (i) Mtimani (ub.2)

     (ii) Umesubutu (ub.3)

(59) Soma shairi lifuatalo kisha ujibu maswali yanayofuata.

TATA

1. Tata zikishinda, hazitatuki
   Unalolitenda,halitendeki,
   Jambo likivunda, haliongoki.

3. Tata zikiganda, haziganduki
   Utakapokwenda, zitakudhiki
   Moyo utadunda, kutaharuki.

4. Tata hukuzinda, ukahiliki,
   Zikakupa inda, ukahamaki,
   Unaloliwinda, halipatiki.

5. Tata hukupanda, usidiriki,
   Sana ukakonda, hutamaniki,
   Ukivaa winda, kijikaniki,

5. Tata zikipinda, hazinyooki,
   Zinapokutanda, hazibanduki,
   Unayempenda, hakusadiki.

6. Tata zikiwanda, husalimiki,

   Huwa zakuponda, kitikitiki,

   Ukawa wakinda, kiuzandiki.

7. Tata zikidinda, hutononoki,

   Watafuta shinda, hulimiliki,

   Ikawa waranda, huzuiliki.

(a) Eleza umbo la shairi hili.   (alama 4)

(b) Andika ubeti wa mwisho kwa lugha ya nathari. (alama 3)

(c) Ni methali gani iliyorejelewa katika shairi? (alama 2)

(d) Eleza matokeo ya 'tata'. (alama 6)

(e) Eleza maana ya msamiati ufuatao kama ulivyotumiwa katika shairi hili. (alama 4)

   (i) Likivunda (ub 1)

   (ii) Kijikaniki (ub 4)

   (iv) Kitikiti (ub 6)

(f) Andika ujumbe unaojitokeza katika shairi hili. (alama 2)

(60) Soma shairi hili kisha ujibu maswali.

1

Tahadhari na mtindi, mja nakupa kweli,

Tembo ni kitu kiovu, madhara kwenye

mwili, Yafaa kuliepuka, ulikimbie mbali,

Ama utapata dhara, kubwa iso <u>mithili,</u>

2

Tembo si kitu kizuri, na tena si jema.

Si kinywaji cha halali, na hili ufahamu,

Tembo yaleta maradhi, na kukausha damu,

Hata kazi hutamani, moyoni huna hamu,

Kukicha ni matemboni, mahali pa kudumu.

3

Hukubali na kukanywa, kuambiwa sheria,

Wanya bila kujali, pasi na kuzingatia,

Na mwisho wa tembo, la kuvunjia sheria

Siha yako kupungua, udhoofu afia,

Mapesa yapotee bure, sababu ya njia

4

Tembo laharibu siha, na kulifunga umbo,
Kazi ni ukisha kunywa, ndipo uone mambo,
Kwani linapokushika, likikulevya tembo,
Lugha huwa Kingereza, na wenda kombokombo,
Maringo tele kichwani, huwa wenda mrama.

5

Basi mja tahadhari, tembo kuliepuka,
Jikaze ufanye <u>ghera</u>, sikubali hakika,
Na masahibu walevi, siwe nao shirika,
Uushinde moyo wako, ijapo wadhikika,
Na Mola takuauni, Rabi Mola Karima.

(a) Eleza dhamira ya mtunzi katika shairi hili. (alama 2)

(b) Huku ukitoa mifano, onyesha upungufu wa sheria za utunzi wa mashairi uliopo katika shairi kwa upande wa:

  (i) Vina (alama 2)

  (ii) Mizani (alama 2)

(c) Andika ubeti wa nne kwa lugha ya nathari. (alama 5)

(d) Taja mambo manne yanayompata mtu anayeshiriki ulevi kwa mujibu wa shairi hili. (alama 4)

(e) Eleza maana ya msamiati ufuatao kama ulivyotumika kwenye shairi: (alama 5)

  (i) Mithali (ub.1)

  (ii) Si kinywaji cha halali (ub.2)

  (iii) Kukicha matemboni (ub.2)

  (iv) Ghera (ub.5)

  (v) Takuauni (ub.5)

(61) Soma shairi lifuatalo kisha ujibu maswali.

<u>NIMO</u>

Ndimo mi nilimo, simo simostahili,
Nimo niwajibikamo, simo mwenye ujahili,
Nimo nikusudiamo, simo wanamodhalili,
Nimo na nitakikamo, simo nami kwa thakili,
Nimo kwa kina na kimo, simo kwa wasiobali,

Nilimo ndimo.

Nimo nimuchungwamo, simo mnamodekezwa,
Nimo nimufikirimo, simo nilimodumazwa,
Nimo haki munyimwwamo, simo mnamotukuzwa,
Nimo namo msimamo, simo mnotumbuizwa,
Nimo nayo yaliwamo, simo mwa kuteterezwa,
Nilimo ndimo.

Nimo kisa cha kuwamo, simo nilimolimbikwa,
Nimo nitakase mumo, simo ilikuzugikwa,
Nimo kwani waliomo, simo bali wametekwa,
Nimo walifungiwamo, simo, kwani wamezikwa?
Nimo uhai uwemo, simo mwa waliozikwa,
Nilimo ndimo.

Nimo waja waliomo, simo wanamomutaka,
Nimo walizawamo, simo, kwayo takataka,
Nimo nimulike mumo, simo ili kuposeka,
Nimo nitie kikomo, simo, nafuu talaka,
Nimo bali sitawemo, simo kuacha mabaka,
Nilimo ndimo.

Nimo nitawana mumo,simo musimoridhika,
Nimo hadi kikomo, simo nitamoridhika,
Nimo nawe uliyemo,simo kunafsikika,
Nimo mbona nisiwemo,simo kuvikwa ukoka,
Nimo na wenye midomo, simo humo kupayuka.
Nilimo ndimo.

(a) Taja bahari mbili kuu zilizozingatiwa kutunga shairi hili na
    utoe sababu kwa kila jibu lako. (alama 4)
(b) Kwa nini mtunzi akatumia neno 'nikusudiamo' badala
    ya 'ninamokusudia'? (alama 2)
(c) Eleza mambo yoyote manne yanayomkera msanii katika
    shairi hili. (alama 4)

(d) Onyesha tamathali mbili za usemi zilizotumiwa kuendeleza kuendeleza ujumbe katika shairi hili. (alama 2)(e) Andika ubeti wa nne kwa lugha ya nathari. (alama 4)

(f) Fafanua umbo la shairi hili. (alama 4)

(62) Soma shairi lifuatalo kisha ujibu maswali yanayofuata.

Naikumbuka,Siku moja nilipofika kijijini,
Na kumkuta nyanya kaketi chini,
Mgunga unaoekeana na machweo,
Akisaga ugoro wake,

na

Kuyaangalia machweo,
Akiwasikiliza nyuni waliokuwa,
Wakiimba kwa msisimko, kuyaomboleza
matanga ya Magharibi,
Naikumbuka kauli yake, Itakuwa lini
kuomboleza, Kifo cha dhiki?
Naikumbuka sauti ya,
Mama alipokuwa akiwinga,
Bundi aliyekuwa akiimba,
Mbolezi kuucheka
umaskini, Kuudhihaki
uwezo duni wa, Wanakijiji,
Naikumbuka sauti ya mama, Na swali lake,
''Lini nasi tutawaimbia watutesao,Mbolezi za bundi?

Naikumbuka siku niliposikia,
Kilio alichokilia ndugu,
Kidole kilipokatwa na mashine,
Ya kutengeneza karatasi,
Sauti yake akilalamika,
Kutolipwa fidia na chozi,
Kama kabla,
Ndimo swali lake,

"Lini itakatwa mirija ya, Wanyonyaji
wafanyao watu mashine?

Naukumbuka ukwenzi,
Alioupiga falahi na mkulima,
Aliyepokea pesa ukufi kwa,
Mazao yaliyomlaza nje na
kumvunja, Mgongo akala hoi,
Nayakumbuka machozi yake,
Yaliyotiririka na kamkamua,
Nguvu akitoa lawama zilizotoka kwa shida,
'Lini jasho na mavuno, litawafaidi wachomwa na jua?

(a) Kwa kutoa mifano miwili, onyesha matumizi ya mishororo mishata. (alama 2)
(b) Eleza kwa nini utunzi huu unaitwa shairi. (alama 4)
(c) Taja na kutolea mifano tamathali zozote mbili za usemi
    zilizotumiwa na mwandishi. (alama 4)
(d) Andika ubeti wa pili kwa lugha ya nathari. (alama 4)
(e) Kwa kutoa mifano,onyesha maudhui manne yaliyoshughulikiwa katika
    shairi hili. (alama 4)
(f) Eleza maana ya maneno yafuatayo kama yalivyotumika katika shairi: (alama 2)
    (i) Lini itakatwa mirija ya wanyonyaji
    (ii) Wafanyao watu mashine?

(63) Soma shairi lifuatalo kisha ujibu maswali yanayofuata.

MZEMBE
1. Kazi ni kazi
   Kazi inozaa mazao
   Kazi ni uhai
   Kazi hukuza uchumi.

2. Kazi haiwi kazi
   Kazi paso uhai
   Kazi msingi wa maisha
   Kazi huleta maendeleo.

170

3. Kazi ni baraka
   Uhai ni baraka
   Uhai ni kazi
   Kazi asofanya
   Baraka akosa
   Na uhai vilevile.

4. Kokoiko! Kucha kuchele!
   Kengele ngelengele
   Kiumbe wamaka
   Kumeekucha! Kazi kihofia
   Kusudi blanketi tavuta
   Kujigubika gubigubi
   Kujisingizia ndwele.

5.Kazi mzembe hutamani
   Ni damuyo kuilaza Na
   kuupiga uvivu.

6.Kazi kutotamani fahamu
   Ni kutamani mauti
   Na mauti yakikufika
   Ole mbwako tajijutia!

(a) Hili ni shairi la aina gani? (alama 1)
(b) Ni vipi kazi ni uhai na uhai ni kazi? (alama 2)
(c) Taja manufaa ya kazi kama inavyojitokeza katika shairi. (alama 3)
(d) Andika sifa za anayehofia kazi. (alama 2)
(e) Andika ubeti wanne kwa lugha ya nathari. (alama 4)
(g) Toa mifano miwili ya tamathali za usemi zilizotumika katika shairi. (alama 2)
(h) Nakili methali moja inayorejelea gange. (alama 1)
(i) Eleza maana ya 'kutothamini kazi ni sawa na kutamani mauti'. (alama 2)
(j) Eleza maana ya maneno haya kama yalivyotumiwa katika shairi. (alama 3)
   (i) Paso
   (ii) Maka
   (iii) Ndwele.

(64) Soma shairi lifuatalo kisha ujibu maswali yanayofuata.

1

Walaji si wala leo, na wala jana walile,
Wenye kula na vileo, walao huku na
kule, Walaji si wenye vyeo, wenye kula
milungule, Kila hiana ni mlaji.

2

Walaji ndio wawinda, vya wenzao
kujilia, Haja yao ni kuwanda, wapatacho
kubugia, Vya wengine wavipenda, hali
vyao wabania, Kila hiana ni mlaji.

3

Walaji ni wauaji, wenzi wao huwafisha,
Walaji ni wavunaji, wapatavyo
hujitwisha, Walaji watafunaji, nafsi zao
kuzilisha, Kila hiana mlaji.

4

Walaji wana tamaa, kutwa kile na
hiki, Matumbo yao kujaa, wajilia
mishikaki, Walaji wana balaa, wana
inda wanafiki, Kila hiana ni mlaji.

5

Walaji kwetu adui, walavyo vyote ngawira,
Hunyonya wetu uhai, kutufyonza kila mara,
Mlaji nduli hafai, ni hatari heri swira,
Kila hiana ni mlaji.

(a) Lipe shairi hili anwani mwafaka. (alama 2)
(b) Andika ubeti wa pili kwa lugha ya nathari. (alama4)
(c) Eleza sifa za kiarudhi alizotumia mshairi katika shairi hili. (alama3)
(d) Eleza funzo analolitoa mshairi. (alama2)
(e) Huku ukitoa mifano, eleza uhuru wa kishairi alioutumia mshairi. (alama 6)
(f) Eleza matumizi ya msamiati ufuatao katika shairi. (alama3)
   (i) Hujitwisha
   (ii) Mishikaki
   (iii) Swira.

(65) Soma shairi lifuatalo kisha ujibu maswali.

<u>SHILINGI</u>

1

Shilingi ng'ara sikia, meremetakingalia, kama maua vutia,
Mja uso hung'aria, nayo machokuchekea, tabasamu kumjaa,
Pesa mwenye fumbatia , nguvuze humsaidia, fanyalo
tatengemea, Daule joshi tendea, nyumba kitaka jengea, ja uyoga
ibuka, Mwenye shilingi ngalia, jumbale anamokaa, mkijasiri
selea, Watumishi ajira, bibi toto ngojea, mankuli kupakuliwa,
Fikapo siku jumaa, ya deni membawadia, memba vilabu lekea, Si
mekumeku mataa, kila rangi kung'aria, kwa vicheko shangilia,
Weta wanita tembea, popote bila fikia, mamemba kuwandalia,
Ngwenjengwenje tasikia, vinywaji kuagizia, kama tulivyo letea.

2

Shilingi ng'ara sikia, meremete kingalia, nani aso kimbilia,
Asubuhi kimkia, mja kazi kimbilia, mapeni kuyawania, Dereva
kasi ndeshea, nyingi tiripu wania, watu pomoni jazia,
Manamba tapigania, sheheneza abiria, apate nyingi rupia,
Tupia jicho majia, watu Kibera tokea, hata Kawangware pia,
Kahawa, Lang'ata pia, barabara kwelekea, jiji fata kibarua,
Magari songamania, unyounyo andamia, ja mnyoo yajongea,
Popo na pipi sikia, wa pupa kasirika, kwa kutaka kupapia,
Waso gari safiria, alfajiri raukia, guu tapiga hatua,
Kazini tachapukia, kwa yakini kichelea, ungawe
kujimwagia. 3

Chambilecho loimba, shilingi ngawa maua, kwayo tamaa yaua,
Baba mwanawe taua , kwazo mbili kuchukulia, bila hata kujutia,
Na peni ndugu sikia, sithubutu mtwalia, halafu kalitumia,
Zani we tajibwagia, kakako takusongoa, kutohurumia,
Bwana bibi kadhibia, shilingi kumwekea, kwa usalama sikia,
Siku mwenyewe kitwaa, lau saba tapungua, kifo bibi jitakia,
Baba kiwa na rupia, mwana kifo taombea, hela apate rithia,
Na alo nayo tamaa, aibu kutosikia, tatumia kila njia,
Mijambazi tatokea, majiani kuvamia, chupuchupu kuponea,
Na popopo sikia, kamwe mabureki kwaa, yo maiti taibia.

(a) Shairi hili ni la bahari gani? Toa sababu. (alama 2)

(b) Eleza faida zinazoletwa na shilingi. (alama 3)

(c) Taja na ueleze maovu matano yanayosababishwa na kuzipenda sana pesa. (alama 5)

(d) Mshairi ametumia mbinu mbalimbali za kisanii. Taja na utolee mifano mitatu. (alama 3)

(e) Eleza maana ya vifungu vya maneno vifuatavyo katika shairi. (alama 2)

    (i) Kama tulivyoletea.

    (ii) Mwana kifo taombea, hela apate rithia.

(f) Mwandishi ametumia uhuru wa mshairi namna gani? Tolea mifano. (alama 2)

(g) Taja majina matatu yaliyotumiwa kurejelea pesa. (alama 3)

(66) Soma shairi lifuatalo kisha ujibu maswali.

1

Haifai,

Kumshambulia mkeo,

Kwa sababu umekandamizwa,

Na mtu usiyemuweza.

2

Haifai,

Kutaka uheshimiwa, Na

kuheshimu wenzako,

Haifai, haifai, haifai,

Tena haifai.

3

Haifai,

Kujidunisha mwenyewe,

Sababu umedunishwa,

Itetee haki yako,

Hilo ndilo lafaa.

4

Haifai,

Kupiga watoto wako,

Mkewe mkikosana,

Au mumewe vivile.

5

Haifai,

Kusema umetosheka,

Na kumbe wasononeka,
Waishi kama mnyama.

6

Haifai,
Kutaka unyenyekevu,
Pasipo kunyenyekea,
Haifai, haifai, haifai,
Tena haifai.

7

Haifai, Kuzuia
ghasia,
Kwa kutumia ghasia,
Haifai, haifai, haifai,
Rena haifai.

8

Haifai,
Kongoja   usaidiwe,
Bila   kufanya   lolote,
Tafuna unachopewa,
Singoje utafuniwe.

(a) Lipe shairi hili kichwa mwafaka. (alama 2)

(b) Taja na ueleze makatazo yanayotolewa na mshairi. (alama 8)

(c) Eleza umbo la shairi hili. (alama 4)

(d) Shairi la aina hii uitwaje? (alama 2)

(e)   Fafanua maana ya mafungu ya maneno yafuatayo:
   (i) Kwa sababu umekandamizwa.
   (ii) Kwa kutaka uheshimiwa.
   (iii) Kongoja usaidiwe.
   (iv) Na kumbe wasononeka.

(67) Soma shairi hili kisha ujibu maswali yanayofuata.

1.Jua linaposhitadi, kuukausha utomvu,
   Joto ligae shadidi, vizima viwe vibovu,
   Ikaushike biladi, na vijiji vipotevu

175

Endapo moja fuadi, itausa uonevu.
Jua huyo mwanakweli.

2.Maji yanapokauka, vumbi liwe lielekevu,
   Na kiu inaposhika, pakosekane werevu,
   Mwili ukiatilika, na roho ingie kovu,
   Mmoja akionekana, kachoka uvumilivu,
   Jua huyo mwanakweli.

3.Aridhi 'kisakarika', kwa ukame na uchovu,
   Dongo linapopasuka, kama ngozi ilo kavu,
   Funza wanaponyauka, wajusi wawe
   legevu, Sangara akionekana, kakazana
   ushupavu, Jua huyo mwanakweli.

4.Umweso unapometa, kapusua jivujivu,
   Na mbingu inapodata, kiza kuwa memetevu,
   Wengi wanapoufyata, kutafuta utulivu, Mmoja
   anapokita, rohoni mkakamavu,
   Jua huyo mwanakweli.

5.Mbingu inapotapika maji, yake rovurovu,
   Mafuriko kifunika, na mwingi uteketevu,
   Miti ikikoteka, miamba, samba na ndovu,
   Chungu akikaramka, kuutafuta wokovu,
   Jua huyo mwanakweli.

6.Vita vya mkamandume, vilosheheni mabavu,
   Wanawake wafichame, kwa wao utepetevu,
   Shujaa asisimame, wa mbele asi mwendevu,
   Atokezapo kidume, aliye mtendekevu,
   Jua huyo mwanakweli.

7.Mwana husimama wima, pasipo na paekevu,
   Sio anolokula nyama, ugali ni mkimivu,
   Aamba raha lazima, na dhiki ni mnyamavu,

176

Kwa kila anaye hima, huwa mwana mpendevu,
Jua huyo mwanakweli.

(a) Taja sifa za mwanakweli kama zinavyodokezwa katika shairi. (alama 3)
(b) Shairi hili ni la bahari gani? Eleza. (alama 2)
(c) Taja na uthibitishe tamathali ya usemi iliyotumiwa katika shairi. (alama 2)
(d) Andika ubeti wa tano katika lugha ya athari. (alama 4)
(e) Eleza muundo wa shairi hili. (alama 5)
(f) Eleza msamiati ufuatao kama unavyojitokeza katika shairi. (alama 4)
   (i) Liekevu
  (ii) Kisakarika
 (iii) Inapodata
 (iv) Mkimivu.

(68) Soma shairi lifuatalo kisha ujibu maswali yanayofuata.

1.Nimeyaandika maneno
  haya Kwa niaba ya,
  Mamilioni wasio malazi
  Wazungukao barabarani bila
  mavazi, ...milki yao ya maisha.

2.Kwa niaba ya:
  Maelfu wanaouana bila
  haki Wiki baada ya wiki
  Leo sumu au spaki Leo
  kamba au bunduki
  Na kwa wale wanaosubiri kunyongwa.

3.Kwa niaba ya:
  Vijana walio mtaani
  Wale mayatima na masikini
  Wazungukao mapipani Kila
  pembe njiani
  Kuokota sumu kutia
  tumboni Kujua bila kujua

'ili kupata kuishi.

4.Kwa niaba ya:
Wakongwe wasiojiweza
Walao chakula kilichooza
Wachukuao choo wakijipakaza
Pole pole wakijiangamiza Katika
vyumba vyao
Baridi na giza
Kwa sababu hawana
watazama Wala wauguza.

5.Kwa niaba ya:
Waishi na nyingi hofu
Kwa sababu ya madawa tifutifu
Yatiwayo vyakulani yakitufanya
wafu Bila ya mtu kuona
Kana kwamba sote tu vipofu.

6.Kwa niaba yetu sote:
Tuliofungwa vifungoni, duniani
Tuliosukumwa kingoni, maishani
Tuliopokonywa maoni machoni
Tuliotiwa sumu malishoni
Tuliodidimizwa kinyesini
Ili 'maendeleo' Yaendelee
kwenda njiani
Huku yakitema machicha ya roho zetu.

(a) Hili ni shairi la aina gani? (alama 2)
(b) Eleza matatizo yanayowakumba warejelewa katika shairi hili. (alama 6)
(c) Eleza maana ya mishata na utambue mfano mmoja katika shairi. (alama 2)
(d) Mshairi ametumia idhini yake. Jadili huku ukitolea mifano miwili. (alama 4)
(e)Kwa kutoa mfano mmoja, eleza mtindo aliotumia mshairi kuendeleza ujumbe wake. (alama 2)
(f) Andika ubeti wa kwanza kwa lugha ya mjazo. (alama 4)

178

(69) Soma shairi lifuatalo kisha ujibu maswali yanayofuata.

UNGENDA JUU KIBOKO

1. Maovu kutoyatenda, si yangu matako,
Na mtima kuushinda, ndiyo yangu maandiko,
Msinadhari ni punda, msikujua endako,
Ungenda juu kiboko, makazi yako ni pwani!

2. Sijisumbue kupanda, milima na teremko!
Mwishowe vitakushinda, zishilize nguvu zako,
Utamani la kutenda, wondokee pujuliko,
Ungenda juu kiboko, makazi yako ni pwani!

3. Mkuza pezi ni papa, nyama pia wangawako,
Kuruka na kujitupa, ni kuwaonya vituko,
Akopaye akilipa, epukane na sumbuko,
Ungenda juu kiboko, makazi yako ni pwani!

(a) Shairi hili ni la bahari gani? Toa sababu. (alama 2)
(b) Taja methali moja yenye maana sawa na mkarara wa shairi hili. (alama 1)
(c) Eleza vina vya shairi hili. (alama 4)
(d) Eleza ujumbe unaojitokeza katika ubeti wa kwanza. (alama 3)
(e) Andika ubeti wa mwisho katika lugha nathari. (alama 4).

(70) Soma shairi lifuatalo kisha ujibu maswali yanayofuata.

1. Walaji si wala leo, na wala jana walile,
Wenye kula na vileo, walao huku na
kule, Walaji si wenye vyeo, wenye kula
milingule, Kila hiana ni mlaji.

2. Walaji ndio wawinda, vya wenzao kujilia,
Haja yao ni kuwanda, wapatacho
kubugia, Vya wengine wavipenda, hali
vyao wabania Kila hiana ni mlaji.

3.Walaji ni wauaji, wenzi wao huwafisha,
  Walaji ni wavunaji, wapatavyo <u>hujitwisha</u>,
  Walaji watafunaji, nafsi zao kulisha,
  Kila hiana ni mlaji.

4.Walaji wana tama, kutwaa kile na
  hiki, Matumbo yao kujaa,wajilia
  <u>mishikaki,</u> Walaji wana balaa, wana
  inda wanafiki. Kila hiana ni mlaji.

5.Walaji kwetu adui, walavyo vyote ngawira,
  Hunyonya wetu uhai, kutufyonza kila mara,
  Mlaji nduli hafai, ni hatari heri <u>swira</u>,
  Kila hiana ni mlaji.

(a) Lipe shairi hili anwani mwafaka. (alama 2)
(b) Andika ubeti wa pili kwa lugha ya nathari. (alama 4)
(c) Eleza sifa za kiarudhi alizotumia mshairi katika shairi hili. (alama 3)
(d) Huku ukitoa mifano, eleza uhuru wa kishairi aliotumia mshairi. (alama 6)
(e) Eleza funzo analolitoa mshairi katika shairi hili. (alama 2)
(f) Eleza maana ya maneno yafuatayo kama yalivyotumika katika shairi:
   (i) Hujitwisha (ub.3)
   (ii) Mishikaki (ub.4)
   (iii) Swira (ub.5)

(71) Soma shairi lifuatalo kisha ujibu maswali.
1
Ewe baba mwenye kipara, huna aibu kuniita,
Kwa kuwa unayo mipesa, wautumia wangu
mwili, Watumieni huu mwili, kama chombo
kujiliwazia, Waniweka kwa lako gari, hata
yake bei sijui Acheni wako uhuni.
2
Bado miaka sijatimu, wewe mama wanionyesheni,
Wanipeni nifanye kazi, kazi hizi huwa ni nyingi,
Wakati mwingine hunilipi, eti nami nina faida

Sikitaki chakula hiki, kina uchungu
 ndaniye, Acheni wako uhuni.

3

Nguo nzuri wanunua, waniita eti supuu,
Nami nikuite dadii, tuweze kushikana
kote, Nami kwa kuwa nahitaji, yabidi
nikutegemee, Nimekubali unicheze, sawa
mpira uwanjani, Acheni wako uhuni.

4

Mizigo mizito nabeba, ukiniiteni shamba
boi, Nikosapo wanichapeni, kisahau
wakosa pia, Lakini usiku 'kifika', mimi si
shamba boi tena, Acheni wako uhuni.

5

Kwa kuwa unazo mihela, wambembeleni
babangu, Unampeni zako pesa, ili niwe ni lako
chungwa, Bado miaka sijatimu, lakini kwako
nimeiva, 'kiniona mate hukutoka, eti ''umeiva
ka' nyanya'', Acheni wako uhuni.

6

Nimefanyeni maajabu, hata mbele ya
maulana, Kulaleni nawe mzee, ukisema mimi
ni poa, Na kwa wangu ujinga, 'meangukiwa
ukarimu, Lakini wako ukarimu, umeanzeni
kinighasi, Acheni wako uhuni.

(a) Andika kichwa mwafaka cha shairi hili. (alama 1)
(b) Tambua idhini moja ya kishairi katika shairi na uifafanue. (alama 2)
(c) Ainisha shairi hili katika bahari mbili tofauti. (alama 4)
(d) Eleza umbo la shairi hili. (alama 4)
(e) Tambua wahusika katika ubeti wa pili. (alama 2)
(f) Andika ubeti wa sita katika lugha nathari. (alama 4)
(g) Bainisha maana ya msamiati ufuatao kama ulivyotumiwa katika shairi.
    (alama 1) Kunighasi
(h) Eleza swala linalojitokeza katika ubeti wa tano. (alama 2)

(72) Soma shairi lifuatalo kisha ujibu maswali.

1. Naanza kitangulizi,
   Kabla ya simulizi,
   Ndiyo kisha nibarizi
   Matakwa kuwaambia.

2. Nikimaliza dibaji,
   Nishike wangu utaji,
   Salama kwa wasomaji,
   Na nyote malobakia.

3. Machache nitayasema, Kwa
   mpango wa nudhuma, Juu
   ya neno heshima, Jambo
   nilokusudia.

4. Heshima ni kitu utu,
   Hupatikana kwa mtu,
   Siyo kwa mnyama mwitu,
   Ambayo yasomwelea.

5. Heshima ni kitu hasa,
   Ya mtu kutoikosa,
   Isouzwa kwa mapesa,
   Wala kwa kitu fidia.

6. Heshima yataka sana,
   Kwa wazee na vijana,
   Iwe kwao ni hazina,
   Tunu ya kuitapia.

7. Heshima kitu thamani,
   Hili tujue yakini, Tena
   bora duniani, Kitu
   kilichotimia

8. Heshima kitu muhimu,
   Kuwa nacho binadamu,
   Tena ni kitu adimu,
   Muda ukizingatia.

9. Heshima ni kitu lazima,
   Kwa mja kuiegemea, Ili
   uwe mtu mwema,
   Katika yako dunia.

10. Heshima ni kitu bora,
   Tena imetia fora,
   Huwa mtu wa sitara,
   Ufanyalo lalekea.

11. Heshima ni kitu cha
   hadhi, Yataka tukikabidhi,
   Ili tuzipate radhi
   Za wazazi kutwachia.

12. Tamati nilipofika,
   Samahani wasifika,
   Kila lililokoseka,
   Radhi naitarajia.

(a) Taja bahari kuu za shairi hili. (alama 4)
(b) Eleza sifa za kiarudhi kama zinavyojitokeza katika ubeti wa nne. (alama 4)
(c) Kwa kutumia mifano, onyesha jinsi mtunzi alivyotumia idhini ya kishairi. (alama 6)
(d) Andika ubeti wa kumi kwa lugha nathari. (alama 4)
(e) Kwa muhtasari, eleza ujumbe wa shairi hili. (alama 4)
(f) Eleza maanaya msamiati ufuatao kama ulivyotumiwa katika shairi. (alama 4)
   (i) Dibaji
   (ii) Nudhuma
   (iii) Sitiara

(73) Soma shairi lifuatalo kisha ujibu maswali.

1

Sinisumbuwe akili, nakusihi e mwandani,
Afya yangu dhahiri, mno nataka amani,
Nawe umenikabili, nenende sipitalini,
Sisi tokea azali, twende zetu mizimuni
Nifwateni sipitali, na dawa ziko nyumbani?

2

Mababu hawakujali, wajihisipo tabani,
Tuna dawa za asili, hupati sipitalini, Kwa
nguvu za kirijali, mkunyati huamini,
Kaafuri pia kali, dawa ya ndwele fulani,
Nifwateni sipitali, na dawa ziko nyumbani.

3

Mtu akiwa hali, tumbo lina walakini,
   Dawa zake ni subili, au zongo huanoni,
   Zabadili pia sahali, kwa maradhi yako ndani,
   Au kwenda wasaili, wenyewe wako Pangani,
   Nifwafwateni sipitali, na dawa ziko nyumbani?

4

Mtu kwenda sipitali, ni kutojua yakini, Daktari
k'ona mwili, tonena kensa tumboni, Visu
vitiwe makali, tayari kwa paresheni, Ukawa
kama fagili, tumbo nyangwe na maini,
Nifwateni sipitali, na dawa ziko nyumbani?

5

Japo maradhiu dhalili, kutenguliwa tegoni,
Yakifika sipitali, huwa hayana kifani,
Waambiwa damu katili, ndugu msaidieni,
Watu wakitaamali, kumbe ndiyo buriani,
Nifwateni sipitali, na dawa ziko nyumbani?

6

Mizimu wakupa kweli, wakueleleze undani,
Maradhiyo ni ajali, yataka vita thamini,
Ulele huku wawili, au manjano ya kijani,
Matunda pia asali, vitu vyake shamoni

Nifwateni sipitali, na dawa ziko nyumbani?

(a) Lipe shairi hili anwani mwafaka. (alama 2)

(b) Mtunzi alikuwa na lengo gani alipotunga shairi hili? (alama 2)

(c) Kwa nini mshairi hataki kwenda hospitali? (alama 4)

(d) Eleza umbo la shairi hili. (alama 6)

(e) Kwa nini mshairi alitumia ritifaa katika ushairi? (alama 2)

(f) Andika maana ya maneno haya kama yalivyotumiwa kwenye shairi. (alama 4)

   (i) Azali

  (ii) Sahali

 (iii) Kensa

 (iv) Dhalili

(74) Soma shairi lifuatalo kisha ujibu maswali yanayofuata.

1. Uzuri mwema nyumbani, si uzuri wa mlango.

   Wala si dirishani, ulopambwa kwa mpingo, Uzuri

   ni ulo ndani, ndipo liwepo ni jingo, Nyumba

   njema si mlango, fungua uingie ndani.

2. Hata unapoipamba, ukajenga kwa mpango,

   Ukaitia mabamba, katu hilo si jengo,

   Pambo la nje ya nyumba, ni nakshi ya uongo,

   Nyumba njema simlango, fungua uingie ndani.

3. Hata kuta ziwe kombo, viambaza vya majengo,

   Bora ni la ndani. Ndipo yawapo majengo,

   Si hoja la nje umbo, japo la ndani kuna pengo,

   Nyumba njema si mlango, fungua uingie ndani.

4. Na sasa nawaambia, nyumba yake

   madhumuni, Uzuri ulotimia, si uzuri wa usoni,

   Wala si wa kuvalia, nguo rasmi mwilini, Nyumba

   njema si mlango, fungua uingie ndani.

5. Awe ni mtu mchafu, na kivazi kilo ndani, Tena
   awe na harufu, anuka hawezekani, Atapata
   utukufu, kwa sifa njema moyoni, Nyumba
   njema si mlango, fungua uingie ndani.

6. Kaditamati shairi, mawili tuyapimeni,
   Umbo na roho nzuri, kipi aula jamani,
   Ni moyo mwenye fahari, kwa uzuri na imani,
   Nyumba njema si mlango, fungua uingie ndani.

(a) Lipe shairi hili anwani mwafaka. (alama 1)

(b) Mshairi ana dhamira gani katika shairi hili? Eleza. (alama 4)

(c) Chambua umbo la shairi hili. (alama 6)

(d) Toa mifano miwili ya mbinu ya inkisari kama ilivyotumiwa na mshairi. (alama 2)

(e) Andika ubeti wa tano katika lugha tutumbi. (alama 4)

(f) Eleza maana ya maneno yafuatayo kama yalivyotumika katika shairi. (alama 3)
   (i)   Mabamba (ub.2)
   (ii) Nakshi (ub.2)
   (iii) Fahari (ub.6)

(75) Soma shairi hili kisha ujibu maswali yanayofuata.

WASAKATONGE
Wasakatonge na juakali
Wababa zege ya maroshani,
Ni msukuma mikokoteni,
Pia makuli bandarini,
Ni wachimbaji wa migodi,
Lakini maisha yao chini.

Jua kali na wasakatonge
Wao ni manamba mashambani,
Ni wachapa kazi viwandani,
Mayaya na madobi wa nyumbani,
Ni matopasi wa majaani,
Lakini bado ni masikini.

Wasakatonge wa juakali
Wao huweka serikalini,
Wanasiasa madarakani,
Dola ikawa mikononi,
Wachaguliwa na ikuluni,
Lakini wachaguaji duni.

Juakali na wasakatonge
Wao ni wengi ulimwenguni,
<u>Tabaka lisilo ahueni,</u>
Siku zote wako matesoni,
Ziada ya pato hawaoni.
Lakini watakomboka lini?

(a) "Shairi hili ni la kukatisha tamaa". Fafanua rai hii kwa kutolea mifano minne. (alama 4)
(b) Taja tamathali ya usemi iliyotawala katika shairi zima na uonyeshe mifano miwili ya jinsi ilivyotumika. (alama 3)
(c) Eleza umbo la shairi hili. (alama 5)
(d) Andika ubeti wa tatu katika lugha ya nathari. (alama 4)
(e) Onyesha mifano miwili ya maadili yanayojitokeza katika shairi hili. (alama 2)
(f) Eleza maana ya maneno yafuatayo kama yalivyotumiwa katika shairi. (alama 2)
  (i) Manamba
  (ii) Tabaka lisilo ahueni.

(76) Soma shairi lifuatalo kisha ujibu maswali yanayofuata.

1. Tohara, usimwangazie, mwanamke,
   Tohara, usikaribie, mwili wake,
   Tohara, usiifike, ngozi yake,
   Tohara ya mwanamke, katwaani siwazie!

2 Tohara, hiyo haramu, **adha** kwake,
   Tohara, ni kubwa sumu, si kufu yake,
   Tohara, ni za kudumu, dhara zake,

Tohara ya mwanamke, katwaani siwazie!

3. Tohara, kila kijembe, usikishike, Tohara,
   yule kiumbe, si haki yake, Tohara,
   usimtimbe, kwayo makeke, Tohara ya
   mwanamke, katwaani siwazie!

4. Tohara, ni tamaduni, usiyashike,
   Tohara, ati uzimani, ajumuike,
   Tohara, umaaluni, kwa mwanamke,
   Tohara ya mwanamke, katwaani siwazie!

5. Tohara, akijifungua, ataabike,
   Tohara, yaweza ua, hufa wanawake,
   Tohara, inausumbua, uhai wake,
   Tohara ya mwanamke, katwaani siwazie!

6. Tohara, na siku hizi, haya uyashike,
   Tohara, gonjwa umaizi, lije limshike,
   Tohara, ageuke uzi, huo mwili wake,
   Tohara ya mwanamke, katwaani siwazie!

7. Tohara, nasisitiza, mwanamke,
   Tohara, inabeza, hadhi yake,
   Tohara inadumiza, fikira yake,
   Tohara ya mwanamke, katwaani siwazie!

(a) Eleza dhamira ya msanii katika shairi hili. (alama 2)
(b) Fafanua madhara manne ya tohara kwa mwanamke. (alama 4)
(c) Taja na ueleze mbinu mbili za kifasihi zilizotumika katika shairi. (alama 4)
(d) Kulingana na mshairi, mwanamke hupashwa tohara kwa nini? (alama 2)
(e) Andika ubeti wa sita katika lugha ya nathari. (alama 4)
(f) Eleza maana ya maneno yafuatayo kama yalivyotumika katika shairi. (alama 2)
   (i) Adha (ub.2)
   (ii) Usimtimbe (ub.3)

(g) Upashaji wa tohara kwa mwanamke ni mojawapo wa maswala ibuka katika jamii yetu. Taja maswala ibuka mengine mawili yanayohusu mwanamke. (alama 2)

(77) Soma shairi lifuatalo kisha ujibu maswali yanayofuata.

VIJANA WA LEO

1

Ninasema sitoficha, nayatoa hadharani,
Hakika kila kukicha, zabadilika zamani,
Na vituko vimechacha, wana hawawezekani,
Wana wa leo jamani, wamekwisha tia fora.

2

Nikianza kwa tabia, ndiyo chafu namba wani,
Wenda mwendo uso njia, si wa utu duniani,
Muda ukiwaambia, wakikanya ushindani,
Wana wa leo jamani, wamekwisha tia fora.

3

Tukija kwenye heshima, ndio wazimu kichwani,
Mwana hamjui mama, wala babake nyumbani,
Na hana mtu mzima, wote awaona duni,
Wana wa leo jamani, wamekwisha tia
fora. 4

Asili hana adabu, wala hajali yakini,
Hana nzuri jawabu, itokayo mdomoni,
Hajui huyu ni babu, na wala huyu ni nani,
Wana wa leo jamani, wamekwisha tia
fora. 5

Ajua ovu na jema, lakini ni taraghani,
Analotaka husema, huwa amejimakini, Kwa
yake chafu kalmia, hajui asema nini, Wana
wa leo jamani, wamekwisha tia fora.

6

Ukimwambia la kheri, kama kumpa
maoni, Atakujibu jeuri, hajali ni kitu gani,
Na vyovyote yu tayari, kukuweka kifuani,
Vijana wa leo jamani, wamekwisha tia fora

7

Mavazi yenye kubana, mume mkufu shingoni,
Au mavazi mapana, ya kukotea chini,
Hujui bibi na bwana, uwaonapo njiani, Wana
wa leo jamani, wamekwisha tia fora.

8

Mume kavalia kike, na wala haya haoni,
Naye pia mwanamke, suti koti li begani,
Shida basi umcheke, utajutia fulani,
Wana wa leo jamani, wamekwisha tia
fora. 9

Kuna na huo urembo, maridadi nyweleni, **Majunju**
ya kombokombo, kama nyasi za mwituni, Nywele
zote ni mavundo, zimetanda utosini,
Wana wa leo jamani, wamekwisha tia
fora. 10

Na huyu mume mavunga, ati ni utamaduni,
Mtindo wake kusonga, na bangili mikononi,
Akajitanda na kanga, kazunguka mitaani,
Wana wa leo jamani, wamekwisha tia fora.

(a) Ni mambo gani muhimu yanayoshughulikiwa katika shairi hili? (alama 4)
(b) Je, unafikiri mshairi ni mtu wa umri gani? Eleza. (alama 3)
(c) Eleza msimamo wa mshairi kuhusu anayoeleza katika shairi. (alama 3)
(d) Je, unakubaliana na anayoyasema mshairi/ Kwa nini? (alama 2)
(e) Dondoa neno moja katika shairi lililotoholewa na uliandike vilivyo. (alama 2)
(f) Andika ubeti was aba katika lugha nathari. (alama 4)
(g) Eleza maana ya:
   (i) Kukuweka kifuani (ub.6)
   (ii) Majunju (ub.9)

(78) Soma shairi hili kisha ujibu maswali yanayofuata.

DHAMIRI YANGU
1
Dhamiri imenifunga shingoni

Nami kama mbuzi nimefungwa
Kwenye mti wa utu.Kamba ni
fupi Na nimekwishachora duara.

2
Majani niwezayo kufikia yote nimekula
Ninaona majani mengi mbele yangu
Lakini siwezi kuyafikia:kamba, kamba
Oh! Nimefungwa kama mbwa.

3
Nami kwa mbaya bahati, katika
Uhuru kupigania, sahani ya mbingu
Nimeipiga teke na niigusapo kwa mdomo
Mbali zaizi inakwenda na siwezi tena
Kuifikia na hapa nilipofungwa Nimekwisha
pachafua na kuhama siwezi.

4
Kamba isiyoonekana haikatiki.
Nami sasa sitaki ikatike, maana
Mbuzi wa kamba alipofunguliwa,
Mashamba aliharibu na mbwa aliuma
watu Ninamshukuru aliyenifunga hapa
Lakini lazima nitamke kwa

nguvu "Hapa nilipo sina uhuru."

(a) Taja mambo manne ambayo mshairi analalamikia. (alama 4)

(b) Kwa nini mshairi haoni haja yay eye kuwa huru? (alama 2)

(c) Eleza maana ya mshororo ufuatao kama ulivyotumiwa katika
    shairi: "Kamba isiyoonekana haikatiki." (alama 2)

(d) Taja na utoe mifano ya aina mbili za tamathali za usemi zilizotumika
    katika shairi hili. (alama 4)

(e) Kwa kutoa mifano miwili, eleza jinsi matumizi ya mishata yanavyojitokeza
    katika Shairi hili. (alama 4)

(f) Andika ubeti wa pili kwa lugha ya nathari. (alama 4)

(79) Soma shairi lifuatalo kisha ujibu maswali yanayofuata.

1.Sinongi aushi, hii leo, kwa ukungu wa ujana,
   Nikaiga rika langu, kwa vileo na mbio za
   wasichana, Kikiwa ni riziki yangu, mapokeo,
   kuoa na kulewa, Ni wakati utanena.

2.Nashukuru kwa ugumba, wenye ndimi,
   wanipagaza wao, Wapitao wakiimba, eti mimi,
   ningapenda hali zao, Haupandiki mgomba, wana
   nyemi, fisadi wa hadhi zao, Eti ni kwa raha zao.

3.Ni lipi lenye kukera, kwa Muumbi, marufuku kwenye
   misa, Ni mtu kuwa hawara, wa vitimbi, ama alozawa
   tasa? Ugumba na ukapera, sio dhambi, wala haujawa
   kosa, Waama sina makosa.

4.Bora tungeni vitabu, magazeti, mutangaze kwa
   rediyo, Muwaite watribu, kina Siti, watuzwa ilimu hiyo,
   Na zaidi muhutubu, kwa umati, muwambe ambayo
   siyo, Kwato sichafuki moyo.

5.Hidhuru yote ni bure, sio kitu, kudhiki asodhikika,
   Siwi nikaona ghere, lailatu, nyota njema itafika,
   Kwa shangwe na njerenjere, kila mtu mdomo
   utafunuka, Akiri amejibika.

   (a) Eleza jambo ambalo mzungumzaji (nafsineni) katika shairi hili
       anasingiziwa. (alama 2)
   (b) Fafanua mambo matano ambayo mzungumzaji anapinga katika shairi. (alama 5)
   (c) Eleza umuhimu wa viishio vya beti za shairi hili. (alama 2)
   (d) Andika ubeti wa tatu kwa lugha ya nathari. (alama 4)
   (e) Eleza muundo wa shairi shairi hili. (alama 5)
   (f) Bainisha matumizi mawili ya tasfida katika shairi hili. (alama 2)

(80) Soma shairi lifuatalo kisha ujibu maswali.

1

Huno wakati mufti, vijana nawausia,
Msije juta laity, mkamba
sikuwambia, Si hayati si mamati,
vijana hino dunia, Uonapo
vyanga'aria, tahadhari vitakula. 2

Japo aula kushufu, na machoni vyavutia,
Dunia wana dhaifu, yaugua nikisikia,
Vijana nawasarifu, falau mkisikia, Uonapo
vyang'aria, tahadhari vitakula.

3

Jepusheni na zinaa, mlale penye sheria,
Msije andama baa, makaa kujipalia,
Jepusheni na zinaa, madhara kukadiria,
Uonapo vyang'aria, tahadhari vitakula.

4

Ngawa waone wazuri, nadhifu kukuvalia,
Wajimwaie uturi, na mapoda kumichia,
Si mlango nyumba nzuri, ngia ndani shuhudia
Uonapo vyang'aria, tahadhari vitakula.

5

Wawapi leo madume, anasa walopapia,
Wamepita ja umeme, leo yao sitoria, Shime
enyi wana shime, bora kumcha Jalia,
Uonapo vyang'aria, tahadhari vitakula.

6

Nambie faida gani, nambie ipi fidia?
Upatayo hatimani, waja wakikufukia, Ila
kufa kama nyani, kasoro yake mkia,
Uonapo vyang'aria, tahadhari vitakula.

7

Kikiki ikaze kamba, u kijana vumilia,
Ujifanye kama kwamba, u jiwe huna hisia,
Wakwambe watalokwamba, kwa lolote vumilia,

Uonapo vyang'aria, tahadhari vitakula.

8

Vyatiririka tiriri, vina vyanikubalia, Alo
bora mshairi, pa tamu humalizia,
Nahitimisha shairi, dua niozawapigia,
Uonapo vyang'aria, yahadhari vitakula.

9

Ewe Mola mtukuka, si shaka wanisikia,
Wakinge wanarika, na anasa za dunia,
Amina wangu Rabuka, dua yangu naishia,
Uonapo vyang'aria, tahadhari vitakula.

(a) Eleza ujumbe wa shairi hili. (alama 4)

(b) Fafanua kwa kutoa mifano, mbinu **nne** alizotumia mshairi kutosheleza
    mahitaji ya kiarudhi katika shairi hili. (alama 8)

(c) Nafsineni (mzungumzaji) katika shairi hili anasema na pande mbili.
    Zieleze pande hizo. (alama 2)

(d) Eleza umuhimu wa maswali ya balagha katika shairi hili. (alama 3)

(e) Bainisha toni ya shairi hili. (alama 3)

(81) Soma shairi lifuatalo kisha ujibu maswali yanayofuata.

1

Vije leo walalama, kwa yale ulotendewa,
Huyakumbuki ya nyuma, pindi ulipochachawa,
Ulipotenda unyama, uliona ndiyo sawa,
Mtenda akitendewa, hulalama kaonewa!

2

Ulizusha uhasama, leo wewe wapagawa,
Walia bila kukoma, tungadhani umefiwa,
Sasa huna usalama, huwezi kujiopowa
Mtenda akitendewa, hulalama kaonewa!

3

Tenda mambo kwa kupima, usiruke huna mbawa,
Una macho kutazama, na akili umepewa, Matendo
hurudu nyuma, atendaye hurudiwa, Mtenda
akitendewa, hulalama kaonewa!

4

Dunia haishi njama, sijione umepewa,

Ukadhani usalama, binadamu kuwagawa,

Ukahisi ni wanyama, waso hali kama ngawa,

Mtenda akitenfewa, hulalama kaonewa!

5

Unapotenda zahama, siku yako itakuwa,

Ambapo utaungama, useme umechachiwa,

Na uanze kutetema, ulie umeonewa,

Mtenda akitendewa, hulalama kaonewa!

(a) Lipe shairi hili kichwa mwafaka. (alama 2) (b)Shairi
hili ni la bahari gani? Toa sababu. (alama 4)

(c) Eleza umbo la ubeti tangulizi. (alama 4)

(d) Ni kaida zipi za utunzi zilizozingatiwa na mshairi? (alama 4)

(e) Toa mifano miwili ya idhini ya mshairi. (alama 2)

(f) Kwa nini msemwa hafai kulalamika? (alama 2)

(g) Eleza maana ya maneno yafuatayo kama yalivyotumiwa katika shairi. (alama 2)
   (i) Uhasama.
   (ii) Umepowa.

(82) Soma shairi lifuatalo kisha ujibu maswali yanayofuata.

MWEPESI WA KUSAHAU

1. Alikuwa mtu duni, alozongwa na *shakawa*,

   Hana alichoauni, wala alichoambuwa,

   Walikimwita mhuni, na thamani kumtowa,

   Mwepesi wa kusahau.

2. Alipita mitaani, kuomba kusaidiwa,

   Mtoto wa kimaskini, riziki haizumbuwa,

   Alizubaa mjini, lake jua na mvuwa,

   Apate walau nini, japo kipande cha

   muruwa, Mwepesi wa kusahau.

3. 'Ekosa kwenda chuoni, kwani alibaguliwa

Daima kawa mbioni, kulima au kuvuwa,
Kijembe ki mkononi, aitafuta afuwa
'Chumia chungu mekoni, furaha yake
haiwa, Mwepesi wa kusahau.

4. Wakati ukabaini, mjinga akatambuwa,
'katoka usingizini, napo kweupe
kukawa, Watu wakamuamini, kuwa mtu
wa muruwa, Kule vile atahini, na jeuri
kuingiwa, Mwepesi wa kusahau.

5. Leo kawa sulutani, mwingine katu hajawa,
Hatamani na haoni, nyuma aliyochukuwa,
Anga kwake limeguni, gubi amegubiliwa,
Mwanadamu maaluni, hakika ukichunguwa,
Mwepesi wa kusahau.

(a) Eleza ni kwa nini mshairi akalipa shairi hili anwani 'Mwepesi wa kusahau'. (alama 2)
(b) Eleza dhamira na maudhui ya shairi hili. (alama 4)
(c) Toa mifano ya tamathali za usemi mbili zilizotumiwa katika shairi hili.
   Je, zina umuhimu gani? (alama 4)
(d) Chambua muundo wa shairi hili. (alama 4)
(e) Andika ubeti wa tano kwa lugha ya nathari.(alama 5)
(f) Eleza matumizi ya msamiati huu kama ulivyotumika katika shairi hili.
   (alama 1) Shakawa (ub.1)

(83) Soma shairi lifuatalo kisha ujibu maswali.

Leo kitaka nifike, natamani, ila mwili
Kwa kazi nihusike, samahani, unahiliki mwili
Napenda nihesabike, makundini, ila huwezi mwili.

Vitisho pamwe kelele, ninavicha, kwa nafsi na mwili
Ila ugonjwa utimile, umechacha, na kuudhili mwili
Msikose simile, magalacha, si gurudumu mwili.

Vingekuwepo viraka, kuutia ngeushuruti mwili
Kifundi kivipachika, kuingia, hata kuridhi mwili
Upya ukaungulika, kuvutia, robo na wake mwili.

Lakini kamwe haiwi, kuvipata, vipande vyake mwili
Sihofu kupata mawi, sitajuta, kupigania mwili
Hata kufutwa sikawi, nitakita, kidete nao mwili.

Kazi ninaithamini, ni hakika, akilini na mwili
Ila kamwe siamini, kusagika, damu, jasho na mwili.
Uwele hususani, kioneka, nguvu hitishi mwili.

(a) Eleza dhamira ya mtunzi wa shairi hili. (alama 4)
(b) Fafanua mbinu nne za lugha zilizotumiwa katika shairi hili. (alama 8)
(c) Eleza toni ya shairi hili. (alama 2)
(d) Ni nani anayezungumziwa na nafsineni katika shairi hili? (Alama 1)
(e) Eleza bahari ya shairi hili kwa kurejelea vipande. (Alama 2)
(f) Andika ubeti wa mwisho kwa lugha ya nathari. (Alama 3)

(84) Soma shairi lifuatalo kisha ujibu maswali.

Jicho: Imebidi kusema, Kuvunjwa   wazi bila ya kificho, na
yangu heshima, Sitakubali   kitu hicho sinacho,
lawama,   kuniangukia jicho.

Moyo: Jicho kaa ukijua,   unaolumba ni moyo,
Nadhani hukuelewa,   hili langu kusudiyo,
Wewe hukulaumiwa,   ni kweli uambiwayo.

Jicho: Hebu wacha kulalama,   tulia utamakani,
Mbele ya kusema pima,   ujue wasema nini,
Mimi bado natizama,   nawe moyo hutamani.

Moyo: Ulosema si yakini,   hebu tuli fikiria, ni
Maana mimi sioni,   vipi wanivamia. ni
Ulofanya ni tamani,   wewe kuangalia

Jicho: Jicho kweli nimeona,
Lakini tendo halina,
Mimi la makossa sina,

Moyo: Japo hayo umenena,
Mimi singelikazana,
Baada wewe kuona,

Jicho: Usemayo ni muhali,
Mimi nakubali kweli,
Kwa nini wanikubali,

Moyo: Punguza yako kakeke,
Vipi nisidanganyike,
Kwa nini nisilishike,

Jicho: Makeke yasikutishe,
Ukitaka ukomeshe,
Nionalo siwatishe,

Moyo: Tamati nakuarifu,
Bure tusijikalifu,
Kama ulikuwa pofu,

na kisha nakushuhudia,
jambo lolote ni nia, bure
wanisingizia.

yote hayakunitua,
na wala singetambua,
ndiyo mimi nikajua.

na waja watakucheka,
nimetizama hakika,
nifanyalo kulishika?

mahanjamu ya upuzi,
na wewe ndiye bazazi,
nawe ndiye kiongozi?

uwe na moyo mgumu, na
mambo yawe timamu,
ama utanilaumu.

ulosema si ya utu,
wakati ukatufutu,
mimi singefanya kitu.

(a) Jicho na moyo wanalaumiana kuhusu nini? (Alama 2)

(b) Shairi la aina hili linaitwaje? (Alama 1)

(c) Moyo unatoa ujumbe gani kwa Jicho katika ubeti wa mwisho? (Alama 3)

(d) Toa maana ya mishororo ifuatayo:

    (i) Jicho kaa ukijua, unaolumba ni moyo (ub.2) (Alama 1)

    (ii) Usemayo ni muhali, na waja watakucheka (ub.7) (Alama 1)

(e) Eleza maana ya msamiati ufuata kama ulivyotumika katika shairi. (Alama 5)

    (i) kificho

    (ii) nashuhudia

    (iii) makeke

    (iv) bazazi

    (v) utu

(85) Soma utungo ufuatao kisha ujibu maswali.

Wewe,
Utazame mlolongo wa
Waja unaoshika giza likiwapo
Unaofuata pembe za barabara zisokuwapo,
Kwenda kuisaka auni,
Kuitafuta kazi inayowala chenga.

Itazame migongo ya wachapa kazi,
Watokwao na jasho kapakapa na,
Wanaotafunwa uhai na jua liso huruma:
    Wakiinua vyuma na magunia,
    Wakiinua makontena,
    Wakichubuka mashambani,
    Wakiumia viwandani,
    Wakiteseaka makazini.

Halafu,
Uangalie ule ujira wa kijungu meko
    Mshahara usokifu haja,
    Nguo zisizositiri miili dhaifu,
    Kilio chao kisokuwa na machozi.

Na
Ujiangalie mwenyewe:
Mwili wako unaomereta ujana na ufanisi,
Gari lako la kifahari lilizozibwa vioo,
Malaki ya pesa unayomiliki,
Ujiitapo mwajiri kwa raha, hunusi usaha wa hali yao?

(a) Hili ni shairi laaina gani? Thibitisha. (alama 4)
(b) Lipe shairi hili anwani mwafaka. (alama 1)
(c) Taja dhamira kuu ya mtunzi wa shairi hili. (alama 2)
(d) Eleza maudhui yanayojitokeza katika shairi hili. (alama 4)
(e) Kwa kutoa mifano mwafaka, eleza fani tatu zilizotumika katika shairi hili. (alama 6)
(f) Toa mifano ya mishata kwenye ubeti wa mwisho. (alama 1)
(g) Mshairi ana maana gani kwa kusema:
   (i) Unaofuata pembe za barabara zisokuwepo.
   (ii) Mshahara usokifu haja.

(86) Soma shairi lifuatalo kisha ujibu maswali yanayofuata.
1
Daima alfajiri na mapema
Hunipitia na jembe na kotama
Katika njia iendayo kondeni Kama
walivyofany babuze zamani;
Nimuonapo huwa anatabasamu
Kama mtu aliye na kubwa hamu
Kushika mpini na kutokwa na
jasho Ili kujikimu kupata malisho.
2
Anapotembea anasiikiliza
Videge vya anga vinavyotumbuiza
Utadhani huwa vimemngojea
Kwa usiku kucha kuja kumwimbia;
Pia pepo baridi kumpepea
Rihi ya zikimletea
Nao umande kumbusu
miguu; Na miti yote hujipinda
migongo Kumpapasa, kumtoa
matongo; Na yeye kuendelea

kwa furaha Kuliko yeyote
ninayemjua Akichekelea ha
ha ha ha ha ha ha 3
Na mimi kubaki kujiuliza
Kuna siri gani inayomliwaza?
Au ni kujua kutojua?
Furaha ya mtu ni furaha gani
Katika dunia inayomhini?
Ukali wa jua wamnyima zao
Soko la dunia lamkaba koo;
Dini za kudhani zamsonga roho
Ayalimia matumbo ya waroho;
Kuna jambo gani linamrithisha?
Kama si kujua ni kutokujua
Laiti angalijua, laity angalijua!

(a) Eleza hali ya mzungumziwa katika shairi hili. (alama 4)
(b) Huku ukitoa mifano, onyesha aina mbili za uhuru wa kishairi uliotumiwa katika
shairi hili. (alama 2)
(c) Fafabua aina tatu za taswira ukirejelea ubeti wa pili. (alama 3)
(d) Eleza umuhimu wa maswali ya balagha katika shairi hili. (alama 2)
(e) Bainisha vipengele vifuatavyo vya kimtindo katika shairi hili. (alama 3)
   (i) tashhisi
   (ii) kinaya
   (iii) tashbihi.
(f) Eleza toni ya shairi hili. (alama 2)
(g) Bainisha nafsineni katika shairi hili. (alama 2)
(h) Changanua muundo wa shairi hili. (alama 3)

(87) Soma shairi lifuatalo kisha ujibu maswali.

1. Tungatamani dunia,   yenye uingi wa raha,   haiji bila taabu.
2. Tungatamani ushindi, tushinde hata karaha,   hauji bila kushindwa.
3. Tungatamani takasao, litutie na furaha,   ila nyoyo ni dhaifu.
4. Tungatamani kudumu, tusipungukiwe siha, ila maisha ni dhaifu.
5. Tungatamani ushwari, usotumbua usaha,   ila wimbi halikosi.
6. Tungatamani kwongoza, uongozi wa staha,   ila nahodha adimu.
7. Tungatamani hekima,   pasikuwapo ujuha,   haiji pasi ujinga.
8. Tungatamani na kesho, siku isiyo fedheha, haiji bila ya leo.

9.Tungatamani ahera,   itukidhi ja sitaha,   tuchunguze ya dunia.

(a) Lipe shairi hili kichwa mwafaka. (alama 2)

(b) Shairi hili linahusu nini? Eleza. (alama 2)

(c) Andika ubeti wa mwisho kwa lugha tutumbi. (alama 2)

(d) Ainisha utungo huu kwa kuzingatia: (alama 6)

   (i) mishororo/ mistari

  (ii) Vipande

  (iii) Kikwamba

(e) 'Uradidi ni muhimu katika shairi.'Fafanua kauli hii kwa kurejelea shairi hili. (alama2)

(f) Nafsineni katika shairi hili ni nani? Toa sababu zako. (alama 2)

(g) Uhuru wa mshairi unajitokeza vipi katika shairi hili? Tolea mifano. (alama 2)

(g) Tambua matumizi ya lugha na mbinu za uandishi katika shairi hili. (alama 2)

(88) Soma shairi lifuatalo kisha ujibu maswali.

1

Mitihani imefika, hebu jitayarisheni,

Msihofie hakika, tumeyasoma shuleni,

Ondoeni zote shaka, twajua mu namba

wani, Mtihani ni kigezo, jamani siuogope.

2

Tuuogope kwa nini, mtihani sio vita,

Tukifanya kwa makini, kwa hakika tutapita,

Hebu tujiadaeni, acheni kusitasita,

Mtihani ni kigezo, jamani

       siuogope. 3

Acheni kutetemeka, na mwaanza kujipinda,

Mbona bongo zachomeka, maswali

yakiwashinda, Majasho sije watoka, msalani

mkashinda, Mtihani ni kigezo, jamani siuogope.

4

Ya nini sasa kukopi, ujipate kwa msako?

Kwani utaenda wapi, na alama ziso zako,

Mtihani sio pipi, hayo ni maisha yako,

Mtihani ni kigezo, jamani siuogope.

5

Zingatia ya mwalimu, uwe mwema msikizi, Kisha

uwe na nidhamu, ya kheri kwa utambuzi, Mtihani

si mgumu, ni wewe kwogopa kazi, Mtihani ni

kigezo, jamani siuogope.

6
Isitoshe, mtihani, ni mambo ya kunukuu,
Kinyume cha neno chini, wajua wazi ni juu,

Kisawe cha kipya kwani, siandike kuukuu,
Mtihani ni kigezo, jamani siuogope.

7
Hadhari sisome sana, utachanganyikiwa
tu, Hesabu kwa pupa tena, utakosa kila
kitu, Unaanza leo mbona, utasoma kila
kitu? Mtihani ni kigezo, jamani siuogope.

8
Tamati sasa nakoma, na sitasema zaidi,
Wosia wangu mapema, kusoma hamna
budi, Tusije tukalalama, mtihani kukaidi,
Mtihani ni kigezo, jamani siuogope.

(a) Andika kichwa mwafaka cha shairi hili. (alama 2)
(b) Ni wosia gani mshairi anawapa wanafunzi kuhusu maandalizi kwa minajili ya mtihani? (alama 2)
(c) Andika ubeti wa tatu kwa lugha ya nathari. (alama 4)
(d) Onyesha idhini ya mshairi kama inavyojitokeza katika shairi hili. (alama 3)
(e) Chambua muundo wa shairi hili. (alama 4)
(f) Eleza sababu ya mshairi kuandika **uwe mwema msikizi** badala ya **uwe msikizi mwema** (alama 2)
(g) Eleza matumizi ya maneno yafuatayo kama yalivyotumika katika shairi. (alama 3)
   (i) Kujipinda.
   (ii) Kukopi.
   (iii) Kigezo.

MAJIBU KWA BAADHI YA MASWALI YA MAZOEZI YA MARUDIO
(51)
(a)Ni maudhui gani yanayojitokeza katika shairi hili? (alama 4)
   Ukosefu wa heshima.
   Ukengeushi.

   Kutokuwa na nidhamu.
   Mienendo yenye upungufu.
   Mabadiliko ya mtindo wa mavazi.
(b) Onyesha mifano miwili ya mishororo mishata na mishororo kamilifu.

(alama 2) Hawana vijana wetu.
Vizibao vyenye kanda.
Manywele timtim.

Mistari toshelezi

Takupita ja risasi.
Vikumbo nusura upigwe.
Libasi nalo latisha.
Wazee wabugia chumvi.

(c) Andika ubeti wa pili kwa lugha ya nathari. (alama 4)
Mwendo wa vijana huwa ni wa vishindo na miigizo. Usipotahadhari nao, watakupita kama risasi karibu wakuangushe. Wao hudai maisha ni mafupi na kwa hivyo wayaingilie kwa haraka.

(d) Onyesha jinsi mwandishi ametumia uhuru wa kishairi. (alama 4)
Mazida (kurefusha neno ili kutosheleza mizani na vina) – Mshairi ameandika 'Hawana' badala ya hawa, lafikile badala ya lafika.
Inkisari (kufupisha neno kwa lengo la kutosheleza mizani au vina) – Ameandika 'Nelimishe' badala ya nielimishe, 'Takupita' badala ya nitakupita, 'Waso' badala ya wasio, 'Taambiwa' badala ya utaambiwa
Uswahilishaji / utohozi (Kuyapa maneno ya kigeni tamko la Kiswahili)- Fashoni
. kutokana na neno la Kiingereza *fashion,* shoti kutokana na *short.*
Kuboronga sarufi:Ameandika 'Wameingilia yapi mambo' badala ya wameingilia mambo yapi.
Aidha, ameandika 'Mirindimo ardhi tia' badala ya tia mirindimo ardhini.

(e) Mwandishi amezingatia kanuni zipi za kimuundo katika shairi hili? Tolea mfano. (alama 4)
Ametumia mpangilio wa beti, nazo ni tano.
Baadhi ya mishororo imegawika vipande viwili.
Lina mishororo. Ubeti huundwa kwa mishororo.

(f) Eleza maana ya maneno yafuatayo kama yalivyotumika katika shairi. (alama 2)
(i) Pulika.
Sikiza
(ii) Limbukeni.
Mjinga, mpumbavu, zuzu, wa kubakia nyuma kiwakati.

(52)(a) Shairi hili ni la aina gani? (alama 1)
Shairi huru / mauve/ zohali.

(b) Taja lengo/ madhumuni ya mshairi. (alama 2)
Mshairi alitaka kuwashauri watu kuhusu maisha bora / jinsi ya kuishi vizuri na watu.

(c) Kwa nini utungo huu unachukuliwa kuwa shairi? Fafanua.
(alama 3) Imetumia lugha ya kishairi.
Lina urari wa vina.

Lugha iliyotumika ni ya kishairi.

(d) Kwa kutoa mifano, onyesha mbinu mbili za kifasihi zilizotumiwa na mshairi.(alama 4)

Kuna matumizi ya methali, kwa mfano 'Hujafa hujaumbika'' na 'Mcheza na tope humrukia.'

Mshairi ametumia pia msemo kwa kuandika 'Pasi na viganja viwili kofi haliwezi kulia.

Isitoshe, mbinu ya ulinganuzi imetumika pale mwandishi anapoandika kuwa mwerevu hutulia mwenye pupa huumia.

Tashihisi / uhaishaji / uhuishi pia inajitokeza katika shairi hili.

Takriri / uradidi ndicho kinapatikana katika kina cha kila mshororo kwani vinaishia kwa 'a'.

(e) Ni ipi hadhira lengwa ya shairi hili? (alama 2)

Hadhira inayolengwa katika shairi hili ni wasiotosheka, wasioridhika.

(f) Eleza jinsi mshairi alivyoshughulikia dhana zifuatazo : (alama 6)

(i) Tamaa.

Tamaa huzidishwa na ile hali ya kutaka kujipatia mali / unavyopata ndivyo tamaa inavyozidi. Mwenye tama ni mtumwa wa dunia.

(ii) Bahati.

Tusililie bahati kwani siku yake itafika, utaipata wakati wako ukitimia. (iii) Umaskini.

Umaskini husababishwa na kutotosheka.

(g) Eleza maana ya msamiati ufuatao kama ulivyotumika katika shairi. (alama 2)

(i) Jalia.

Mwenyezi Mungu / Rabuka / Jalali / Mola / Mteheremeshi / Yehova. (ii) Ila.

Uongo / hadaa / udanganyifu.

(53) (a) Haya ni mashairi huru. Hayazingatii arudhi za beti, vina, mishororo na mizani.

(b) Mshairi 'A' anamlalamikia Hadjia kwa kumuua mumewe kwa kumpa sumu. Mshairi 'B' naye analalamikia vijana ambao wanamchekelea ati amezeeka na kupitwa na wakati - wanamramba kisogo.

(c) Katika shairi 'A' Hadija alidhani kumuua mumewe angepata suluhisho lakini badala yake amejiletea matatizo zaidi. Watu sasa wanamsuta kwa kitendo chake na watoto wanamsumbua.

Katika shairi 'B', mshairi anawakejeli vijana ambao wanamcheka kwa kuzeeka kwake bila kuja kuwa wao pia wamo njiani, wanazeeka. Isitoshe, mzee akiwapisha, hawataki kupita.

(d) (i) Amekata mtima-amemuua mumewe (mti mkuu au kichwa cha nyumba)

(ii) Amepita nyuma ya punda-Anapata shida za kujitakia. Mafuriko yamefurika nyumbani kama mto uliofurika.

(e)(i) Mzigo-Uzee / umri mkubwa

  (ii) Siri-Tajriba / maarifa/ elimu ya maisha.

  (iii) Kula nimekula-Kuishi nimeishi / nimeishi miaka mingi.

  (iv) Niko nyuma ya wakati-Nimebaki nyuma ya usasa.

(f) Mtunzi ametumia inkisari, yaani uhuru wa kishairi wa kufupisha neno ili kutosheleza mizani au vina. Mfano: Ameandika 'nendako' badala ya 'niendako'.

(58)(a)Ni shairi huru kwani halizingatii arudhi za ushairi kama vile urari wa vina, urari wa mizani.

(b) Kuna matumizi ya lugha ya mkato.

    Matumizi ya beti ni dhahiri.

    Aidha, maneno yamepangwa kimshororo.

    Matumizi ya tamathali ya takriri.

  Matumizi ya beti.

 (c) Mshairi hataki ndoto za zamani zimwamshe.

    Hataki kuibuliwa kwa kumbukumbu za mambo ya kikatili/ kihayawani. Hataki kuhangaishwa na hizo hisia

    Hisia hizo zina athari mbaya kwake.

    Hataki kamwe kuzikaribisha hisia hizo.

(d) Matumizi ya nidaa – Ewe hisia!

    Balagha – Umesubutu vipi kuniita?

    Mdokezo- basi nenda zako hisia...

    Tashbiha – majuto ya mbali moyoni kama kwamba... Takriri – Tulia sasa tulia

    Tashihisi – Ewe hisia *ume*niamshia ndoto nilosahau zamani.

(e) Ubeti wa tatu katika lugha nathari:

    Umethubutu vipi kuniita ngomeni mwako ambako umesahaulika tangu zamani? Basi, yawache maombolezi yaliyo machoni yawateke hao mashujaa wa kale walio kaburini.

 (f) (i) Umesubutu - umethubutu

  (ii) Mtimani - moyoni.

(59)(a) Umbo la shairi:

    Shairi hili limegawa vipande viwili. Lina jumla ya beti saba.

    Vina vya ndani na vya nje vyote vinatiririka (bahari ya mtiririko) Mpanilio wa vina:

        nda – ki

        nda – ki

        nda – ki

        nda – ki

Jumla ya mizani ni 11 (6,5) katika kila mshororo.

Aidha, ni la bahari ya kikwamba kwani neno moja, 'Tata' ndilo limetumiwa kuanzia kila ubeti.

(b) Ubeti wa mwisho kwa lugha ya nathari.

Matatizo haya yakikupata ni vigumu kuepuka. Hata ukitafuta suluhisho huwezi kulishinda wala kulizuia.

(c) Shairi hili linarejelea methali ipi?

Anayeenda juu kipungu hafikii mbingu.

(d) Eleza matokeo ya 'Tata".

Hudhoofisha afya

Ni vigumu kuepuka

Hazitatiki zikishinda

Huleta dhiki kubwa

Huleta hasira au hamaki

Hufanya mwenzako kutokuamini.

(e) Matumizi ya msamiati kama yalivyotumika katika
shairi: Likivunda – likienea

Kijikaniki – nguo isiyokutosha

vyema Kitikiti –kuambukiza kabisa

(f) Ujumbe unaojitokeza katika shairi:

Hata yakikupata ni vigumu sana kujinusuru au kujisalimisha.

(60)(a) Mwandishi anaashiria athari za ulevi wa pombe za kienyeji kwa
madhumuni ya kutahadharisha, kukanya na kuonya waja wasishiriki ulevi.

(b)(i)Vina vinabadilikabadilika hasa katika ukwapi (kipande cha kwanza). Kwa
mfano, katika ubeti wa kwanza vina ni: –ndi, -vu,-ka, -ra, -ri. Kwa hivyo
havioani/ havifanani/ havisawiani.

Aidha, kuna uwezekano wa mshairi kutoelewa kina ni nini. Kwa mfano, katika
ubeti wa pili, vina vya kati vinaishia kwa irabu –i. Irabu –I peke yake si kina bali
vina ni – li, -dhi,-ni,-ni,-ya.Vilevile, katika ubeti wa nne hali hii inadhihirika.

(ii) Kwa kurejelea mizani, ni wazi kuwa kanuni za kiarudhi zimekiukwa. Kanuni
ya nane, nane (8,8) umeendewa kinyume. Katika ubeti tangulizi, mshororo
wa kwanza una mizani nane katika ukwapi na saba katika utao.

(c) Ulevi wa pombe huharibu afya /siha na umbo hubadilika na kuwa mbaya. Pia
mtu anapolewa huamba/ huzungumza kwa lugha ya Kiingereza huku
akipepesuka. Walevi hujishaua kama tausi hata ingawa watembeapo huenda
komokombo kwa minajili ya kulewa.

(d) Madhara ya pombe:

Pombe huleta maradhi mwilini kama vile kukausha damu.

Uzembe/ ukunguni hutawala na mlevi hana hamu na kazi.

Mlevi hukosa haya na pia heshima; hajali alifanyalo.

Mlevi hukataa kuaswa au kupewa mawaidha au ushauri wowote. Hufilisika baada ya kutumia peas zake ovyo ovyo.

(e) (i) Mithali- kifani

(ii) Sio kinywaji kilichoruhusiwa kisheria kutumiwa.

(iii) Bidii, juhudi, moyo wa kutenda.

(iv) Takuauni: takusaidia; takutoa katika dhiki.

(67)(a)Sifa za Mwanakweli

Anayependeka.

Mtendekevu/shujaa.

Mnyamavu.

Hutafuta wokovu.

Mkakamavu.

Kuchuja na kuondoa uonevu.

(b) Bahari la shairi:

Shairi hili ni la bahari ya msuko, kibwagizo chake kimefupishwa.

(c) Tamathali ya usemi:

Tashihisi/uhaishaji/uhuishi –'Na kiu inaposhika'.

(d) Lugha ya nathari/tutumbi

Mvua inaponyesha kwa wingi na mafuriko kuwapo, ardhi hulowa mno. Miti hung'olewa na kubebwa pamija na wanyama wale wakubwa na jasiri na hata miamba mikubwa. Kiumbe mdogo atakayetokea na njia ya kujiokoa basi huyo ndiye kiumbe kikamilifu.

(e) Muundo/umbo la shairi

Takhmisa – mishororo mitano kila ubeti.

Limegawa vipande viwili.yaani ukwapi na utao ila msuko. Jumla ya beti ni saba.

Mizani 16 (8,8) kila mshororo ila msuko ambao una jumla ya mizani 8.

(68)(a) Ni shairi huru, halizingatii urari (usawa) wa vina, mizani, mishororo.

(b)Matatizo yanayowakumba warejelewa ni pamoja na: Ukosefu wa malazi

Ukosefu wa uuguzi/utungaji kwa mfano baridi, giza kwa wazee. Vijana wanaorandaranda mitaani

Uyatima

Umaskini/ufakiri

Mauaji – kupiti sumu, kunyongwa, bunduki. Hofu na wasiwasi

Dawa nyingi za kuangamiza/kuua.

(c) Mishata ni mishororo ya shairi ambayo haikamiliki na inabidi msomaji asome mshororo unaofuata ili kuielewa maana. Kwa mfano ' Maelfu wanaouana bila haki'

(d) Idhini ya mshairi:

Inkisari (kufupisha neno ili kutosheleza vina au mizani) :Mshairi ameandika kingoni badala ya ukingoni.

Kubananga sarufi: Waishi na nyingi hofu – waishi kwa hofu nyingi.

(e) Mtindo wa mwandishi

Mdokezo, kwa mfano *...milki yao ya maisha.*

Jazanda, kwa mfano kuokota sumu kutia tumboni kwa maana ya chakula kilicho na sumu kinachoangamiza/kilichooza.

(f) Lugha tutumbi/nathari

Nimeyaandika maneno haya kwa niaba ya ...mamilioni ya watu wasiokuwa na malazi, mavazi na wazungukao bila chochote eti ndio maisha yao.

(71) (a)Uhuni/Haki za watoto.

(b)Idhini ya kishairi Ritifaa (kurefusha kwa kutumia kibainishi ili kutosheleza mizani au vina): 'Kifika badala ya ukifika.

Ka' badala ya kama.

(c) Bahari mbili za mashairi:

Msuko.Kibwagizo kimefupishwa.

Mathnawi. Limegawa vipande viwili ila msuko.

Takhmisa. Lina mishororo mitano katika kila ubeti. Masivina/sukui. Halina urari wa vina.

(d) Umbo la shairi:

Lina jumla ya beti sita.

Jumla ya mizani ni kumi na nane (18) isipokuwa msuko wake ambao una mizani nane (8).

Lina mishororo tano katika kila ubeti wake.

Limegawa vipande viwili, yaani ukwapi na utao. Kibwagizo hakijagawa. Halina urari wa vina.

(e) Wahusika katika shairi hili ni wawili: Mwajiri/tajiri

Mwajiriwa.

(f) Nimefanya maajabu hata mbele ya Mwenyezi Mungu kwa kulala nawe mzee huku ukisema kuwa mimi ni mrembo nami kwa ujinga wangu nimeangukia ukarimu huo.Huo ukarimu wako umeanza kunikasirisha. Wacha uhuni wako.

(g) Kunighasi

Kunikasirisha; kuniudhi.

(h) Swala kuu linalojitokeza katika ubeti wa tano lahusu ndoa ya mapema.

Msemaji analazimishwa na ndoa ya mapema kwa mchumba mzee kumpiku.

Anasema,"Unanipeni zako pesa, ili niwe ni lako chungwa...bado miaka sijatimu."

(72)(a) Utenzi. Halijagawa vipande.

(b) Lina mizani nane katika kila mshororo. Lina kipande kimoja tu.
Lina urari wa vina: (tu, tu ,tu,a)
Mishororo ni minne katika ubeti.

(c) Inkisari: Nilokusudia badala ya nililokusudia.
Lahaja: Mja badala ya mtu/binadamu
Kufinyanga sarufi: Matakwa kuwaambia badala ya kuwaambia matakwa.

(d) Heshima ni kitu chema kinachotamaniwa mno. Mtu akiwa nayo, lolote afanyalo litafanikiwa kwani yeye huwa mwaminifu.

(e) Mshairi anasisitiza umuhimu wa watu kuwa na heshima. Watu huaminika na kufanikiwa katika jamii kutokana na heshima yao.

(f) (i) Dibaji – utangulizi
(ii) Nudhuma – Mpangilio maalumu, urari, usawa.
(iii) Sitiara – Imani.

(73)(a) Matibabu ya kiasili/ Dawa za kisasa.

(b) Kuonyesha kuwa dawa za kiasili zinafaa kwa matibabu kuliko za kisasa. Watu wanahimizwa kuzirejelea.

(c) Hospitali kuna operesheni, yaani upasuaji.
Kuna dawa za asili zisizopatikana hospitalini.

(d) Jumla ya beti ni sita.
Takhmisa: Mishororo ni mitano katika kila ubeti.
Mathnawi: Limegawa vipande viwili, ukwapi na utao.
Jumla ya mizani ni 16 (8,8) katika kila mshororo. Mtiririko:
Vina vya ndani na vya nje vinaoana/vinafanana.
Lina kibwagizo linalosema: Nifwateni sipitali, na dawa ziko nyumbani?

(e) Mwandishi ametumia alama ya ritifaa kufupisha neno ili kutimiza idadi ya mizani. Kwa mfano, ameandika 'Sinisumbuwe (ub.1) badala ya usinisumbue.

(f)(i) Dhalili
Dhaifu, nyonge, duni, cha kudharauliwa.

(ii) Azali
Jadi, zamani, kale

(iii) Sahali
Wepesi, urahisi.

(iv) Kensa
Saratani

(75(a)

Wasakatonge hubeba mchanganyiko wa kazi ngumu kama kusukuma mikokoteni, ni maakuli, ni wachimbaji wa migodi lakini hawana matumaini ya kuinua maisha yao ya chini.

Ni manamba mashambani, wanafanya kazi viwandani, mayaya na madobi wa nyumba, ni matopasi wa majaani lakini wanabakia maskini.

Huchagua na kuwaweka wanasiasa uongozini/serikalini wanaopokea pesa chungu nzima lakini hali yao hubakia duni.

Ni wengi ulimwenguni na wasio na afya nzuri licha ya haya, siku zote wako matesoni na hawana matumaini ya kukombolewa.

(b) Tamathali ya usemi iliyotumika kwa mapana ni jazanda.

Mifano: Wabeba zege ya maroshani

Wao ni manamba wa mashambani.

(c) Muundo wa shairi husika:

Ni shairi huru/mavue kwani halizingatii arudhi za

kishairi. Lina mishororo sita katika kila ubeti.

Halijagawa vipande. Lina ukwapi

tu. Jumla ya beti ni minne.

Mbali na mshororo wa kwanza katika kila ubeti, mishororo mingine ina vina – 'ni'

(d) Lugha ya nathari:

Wanaotafuta kwa jasho huwachagua wanasiasa serikalini. Huwapa vyeo/madaraka wakapata pesa nyingi. Huchagua hata rais lakini hali yao hubakia kuwa duni.

(e) Mifano ya maadili kama yanavyojitokeza katika shairi:

Kufanya kazi kwa bidii na jitihada kwa wasakatonge katika hali ngumu/ hali ya kusulubisha.

Kuwajibika katika kuwachagua viongozi wa kisiasa ambao baadaye wanapata mishahara minono.

(f) Maana ya maneno kama yalivyotumiwa katika shairi:

(i) Manamba – wafanyikazi vibarua katika mashamba makubwa.

(ii)Tabaka lisilo ahueni – kundi lisilo na nafuu au matumaini maishani.

(78) (a)Mambo anayolalamikia mshairi:

Analalamikia kufunfwa na dhamiri shingoni.

Mshairi analalamika amefungwa kama mbuzi kwenye mti wa utu.

Ameyala majani yote ambayo anaweza kuyafikia na yale anayoyaona mbele yake hawezi kuyafikia.

Amefungwa kama mbwa.

Ameipiga sahani ya mbingu teke na anapoigusa kwa mdomo inakwenda mbali zaidi.

Mahali alipofungwa ameshapachafua na kupahama hawezi.

(b) Mshairi haoni haja ya yeye kuwa huru kwa sababu alipopata uhuru kidogo, aliutumia vibaya kama anavyosema, ''Mbuzi wa kamba alipofunguliwa, mashamba aliharibu na mbwa aliuma watu,''

(c) Eleza maana ya mshororo husika
''Kamba isiyoonekana haikatiki'' ina maana kuwa vizuizi au vikwazo visivyoonekana haviwezi kukuweka kwenye majaribu ya kutenda maovu.

(d) Tamathali za usemi zilizotumika

Tashbihi(a) – Nami kama mbuzi nimefungwa.
Nimefungwa kama mbwa.

Takriri/uradidi –Lakini siwezi kuyafikia: kamba, kamba.

(e) Mishata ni mishororo au mistari isiyokamilika katika shairi.
Mifano: Nami kwa mbaya bahati (ub.2)
Nami sasa sitaki ikatike (ub.2)

(f) Lugha ya nathari
Vizuizi visivyoonekana haviwezi kukuweka kwenye majaribio ya kutenda maovu, na sasa sitaki uhuru, maana ninapoupata, ninautumia vibaya. Namshukuru aliyeninyima huo uhuru ingawa hapa nilipo sina uhuru.

(79)(a)Mzungumzaji anasingiziwa ugumba kwa kutoshiriki mapenzi nje ya ndoa.

(b) Mambo ambayo anayapinga:
Kuiga rika; hususa kushiriki ulevi pamoja na kufukuza wasichana.
Mzungumzaji kupakwa tope (kuaibishwa) kwa kuwa yeye ni gumba.
Wamsemao kudai kuwa anatamani kuwa kama wao.

Eti kuwa ugumba na ukapera ni kosa.
Kusingiziwa atatamani (atapenda) hali za wamsemao.
Watu kueneza uvumi kuwa yeye ni gumba.

Kuharibu maisha kwa ujana.

(c) Umuhimu wa viishio:
Ni vifupi na hivyo vinatoa ujumbe kwa namna iliyo madhubuti.
Viishio hivi viaunga ujumbe wa kila ubeti – vinasisitiza ujumbe wa shairi. Viishio vinachimuza / vinaonyesha dhamira au mwelekeo wa mshairi kuhusu hali ya vijana kujiingiza katika mahusiano yasiyofaa.

(d) Lugha ya nathari:
Ni jambo gani ambalo linamkasirisha Mungu ambalo halikubaliki kanisani? Je, mtu kuwa kahaba na mwenye vioja au mtu aliyezaliwa akiwa tasa? Kuwa gumba au kapera si kosa wala haliwezi kuwa kosa. Kwa kweli mimi sina kosa.

(e) Muundo wa shairi hili:
Kila ubeti una mishororo minne.
Mistari mitatu ya kwanza ina vipande vitatu ilhali wan ne una kipande kimoja.

Kiishio kimefupishwa (msuko).

Kila mshoro una mizani ishirini isipokuwa kiishio ambayo ina mizani nane. Shairi hili lina jumla ya beti tano.

(f) Matumizi ya vifungu hivi:

(i) Mbio za wasichana – uasherati; uzinzi; uzinifu.

(ii) Haupandiki mgomba – hana uwezo wa kujamiiana.

(80)(a)Ujumbe wa shairi hili:

Shairi hili ni wasia kwa vijana.Unawaonya dhidi ya kushiriki mapenzi. Linashauri kuwa wanaovutia machoni wanaugua na hivyo wanaweza kuwaambukiza maradhi yasiyotibika.

Zinaa hii haichagui wala kupendelea yeyote. Hata wenye nguvu au warembo wamesalimu amri.(ub.4)

Vijana wajikaze kuhakikisha kuwa hawingii kwenye mtego wa kushiriki mapenzi.

Wapo watakaowasema wenye kujitunza lakini lisiwafanye kutetereka.

(b)*Tabdila*- kubadili miendelezo ya maneno pasi kubadili idadi ya mizani. Mifano: 'nisikia' lingekuwa 'nisikie'. Limetumiwa hivi ili kukidhi mahitaji ya vina.

Inkisari (kufupisha neno ili kutosheleza vina au mizani). Mifano:*Sikuwambia* badala ya sikuwaambia, *Jepusheni* badala ya mjiepushe, *ngawa* badala ya ingawa, *waone* badala ya uwaone, *mkamba* badala ya mkaamba, *walopapia* badala ya waliopapia, *watalokwamba* badala ya watakalokwamba.

Kuboronga sarufi / kubananga lugha

Mifano: yaugua nisikia – nisikie yaugua

Si mlango nyumba nzuri – nyumba nzuri si mlango

Madhara kukadiria – kukadiria madhara

Mapoda kumichia – kumichia mapoda

Mazda /mazida(kurefusha neno kwa madhumuni ya kutosheleza vina au mizani) Mfano: vyang'aria badala ya vyang'ara.

Utohozi (kulipa neno la kigeni tamko la lugha kuu linalotumika) Mfano: Sitoria – history (Kiingereza).

(c) Pande mbili ambazo nafsineni anasema nazo: Vijana (ub.1-8)

Mungu (ub.8)

(d) Umuhimu wa maswali ya balagha:

Maswali ya balagha ambayo yanalenga msomaji wa kazi ya fasihi hunuiwa kuwafanya kulitafakari jambo, hivyo kujifunza kwalo.

Humfanya msomaji kulidadisi jambo linaloibuliwa. Katika ubeti wa sita, msomaji atavuta fikra kuhusi 'faida' ya kuingia kwenye anasa ya kumuua.

Maswali ya balagha hutumiwa kusuta watu kukashifu jambo. Ubeti wa tano unawakashifu watu waliopapia anasa na kuwatahadharisha wasomaji kwa kuonyesha kuwa hatima ya anasa ni kifo.

Aidha, hutumiwa kusisitiza wazo au kumfanya msomaji kushawishika na mtazamo wa msanii. Kwa mfano, katika ubeti wa sita, mshairi anamshawishi msomaji kwamba hakuna faida ya kuingilia anasa.

(e) Toni ya shairi:

Toni ya huzuni na masikitiko. Mshairi anasikitikia madhara yatakayowapata wanaoingilia zinaa kwa kauli kama vile 'wawapi leo madume, anasa walopapia?' (ub.5)

Toni ya kunasihi au kushawishi. Anawasihi vijana kuepuka zinaa. Kwa mfano, anawaambia, 'Kikiki ikaze kamba, u kijana vumilia.' (ub.7)

Toni iliyojaa uchungu. Mtunzi anaonea uchungu tabia ya vijana kujiingiza katika anasa za kujiangamiza.

Toni ya kejeli. Anawawakejeli vijana kwa mapenziyao inayochangia vifo vyao.

(85) (a) Jicho anamlaumu Moyo kwa kutamani lakini Moyo anamlaumu Jicho kwa kuona..Kama Jicho hangeona, Moyo hangetamani.

(b) Ni shairi la ngonjera kwani kuna majibizano ya moja kwa moja kati ya wahusika wawili – Jicho na Moyo.

(c) Moyo anamweleza Jicho kwamba maneno aliyosema ni ya busara na utu kwani yeye hangefanya kitu kama Jicho angelikuwa haoni. Kwa hivyo wajisalimishe.

(d) (i) Jicho tambua ya kwamba wenye kuchokoza ni Moyo.
   (ii) Maneno unayosema yanaweza kuleta ugomvi na watu watakucheka

(e)(i) Kificho – bila kuweka siri yoyote.
   (ii) Nakushuhudia – naona, naangalia
   (iii) Makeke – majivuno, matata
   (vi) Bazazi – laghai, mjanja
   (vii) Utu – ubinadamu.

USHAIRI SIMULIZI

Katika fasihi simulizi, ushairi hutumiwa kuelezea jumla ya tungo nyingi zenye mapigo au utaratibu maalum wa kimpangilio. Tungo zinazojumuisha ushairi simulizi ni pamoja na maghani, nyimbo na mashairi. Mapigo yanayopatikana huwa ya kimuziki na huleta uwiano au urari fulani. Ushairi wa fasihi simuliziunahusisha kuwasilishwa kwa njia yamdomo kwa kuimba, kughani, kukariri na kadhalika.

Sifa za ushairi simulizi

(a) Ushairi simulizi huwasilishwa kwa njia ya mdomo kwa kuimba, kukariri, kughani.
(b) Ushairi simulizi, kama tanzu nyingine za fasihi hutumia lugha ya kitamathali. Kunaweza kuwa na misemo,istiara, tashbihi, methali na kadhalika.
(c) Ushairi simulizi huandamana na vitendo kama ishara za mikono, ishara za uso na kadhalika. Hii ni sifa inayojulikana kama *udramatishaji*.
(d) Hubuniwa papo hapo na kuwasilishwa kwa hadhira.
(e) Hadhira huweza kushiriki katika uwasilishaji wa nyimbo au mashairi.Fanani huweza kuwashirikisha wasikilizaji wake katika kushiriki wimbo au kwa kupiga makofi kwani ni hadhira hai.
(f) Wimbo au shairi huweza kuingizwa maneno mapya kutegemea hadhira.Kwa njia hii, wimbo mmoja au shairi moja huweza kubadilikabadilika.
(g) Tungo za ushairi simulizi huenda zikaambatana na ala za muziki kama vile njuga, gita,marimba na kadhalika.
(h) Ushairi simulizi hutegemea sifa za kisauti, yaani sauti ni kipengele muhimu sana.
(i) Kama utanzu wa fasihi simulizi, ushairi simulizi ni sehemu ya utamaduni wa jamii na hupitishwa kutoka kizazi kimoja hadi kingine.
(j) Ushairi simulizi huweza kufungamana na shughuli au muktadha mahsusi na ambalo hujitokeza hata katika uteuzi wa msamiati.
(k) Huwa na mapigo ya kimuziki.
(l) Ushairi wa fasihi simulizi huwa na mwimbaji au waimbaji wanaoimba kwa sauti au wanaokariri kwa sauti.
(m) Ushairi simulizi unaweza kuwa na urari wa vina na mizani au ukakosa kuwa nao.
(n) Ni kazi ya kubuni kwa kutumia lugha.

Umuhimu wa ushairi simulizi (malengo)

Ushairi simulizi au ushairi katika fasihi simulizi huwa na malengo mbalimbali.

Hutumiwa kuwaelekeza wanajamii kwenye mtazamo wa jamii inayohusika, yaani jinsi jamii hiyo inavyoyaona mambo mbalimbali.

Hutumiwa kueneza na kukuza urembo au usanii wa lugha inayohusika. Kwa kawaida, ushairi simulizi huwa na ufundi mkubwa wa matumizi ya lugha.

Ushairi simulizi hutumiwa kutoa maoni kuhusu matukio fulani ya kijamii kama kifo (mbolezi), jando au unyago (nyiso), sherehe mbalimbali.

Huelimisha. Nyimbo na mashairi hutoa maadili na kuelimisha wanajamii.

Ushairi simulizi hutumiwa kama nyenzo ya kuhifadhi historia ya jamii na thamani za kijamii. Tungo kama maghani simulizi au tendi huweza kuhifadhi historia ya jamii inayohusika.

Hukuza ubunifu kwani anayekariri, kuimba au kughani mashairi huhitajika kubunu mbinu zifaazo za uwasilishaji. Jambo hili humsaidia kukuza uwezo wake wa kubuni.

Ushairi simulizi hutumiwa kuongoa na au kuburudisha. Nyimbo kama bembelezi / bembea hutumiwa kuwaongoa watoto na kuwabembeleza walale.

Vipera vya ushairi simulizi

(1) Nyimbo

Nyimbo ni tungo za kishairi zenye mahadhi ya kupanda na kushuka kwa sauti, muwala na mapigo ya kimuziki na huwasilishwa kwa kuimbwa. Hutumia lugha yenye uwezo wa kuleta picha akilini. Msingi mkubwa wa nyimbo ni kuwako kwa sauti.Nyimbo hutambuliwa kwa **sifa zifuatazo:**

Kuwapo kwa watu wanaoimbiwa au hadhira inayosikiliza uimbaji huo.

Muktadha wa kuimbwa kwenyewe, yaani wimbo unawasilishwa wapi na katika muktadha gani. Kwa mfano arusi, ibada na kadhalika.

kuchezwa au miondoko ya kucheza ya mwili ya mwimbaji au hadhira yake. Maneno yanayoimbwa au matini yenyewe.

Wimbo unaweza kumlenga mtu au hadhira iliyopo au isiyokuwepo.

Sauti ya mwimbaji au waimbaji : mmoja huwaongoza wengine.

Huandamana na matumizi ya ala za muziki kama ngoma, baragumu, siwa, zumari au chochote kile ambacho hutegemea jamii husika.

Hugusa na kuibua hisia kwa njia mbalimbali.

Waimbaji wanaweza kuwa na maleba ingawa si lazima.

Nyimbo hutumia lugha nzito yenye kuibua taswira na hisia nzito za furaha, huzuni,mapenzi.

Hutolewa kwa mahadhi ya kupanda na kushuka kwa sauti.

Nyimbo hutumia lugha ya mkato yenye mpangilio maalum wa silabi, mishororo nabeti zenye mapigo ya kimuziki.

Huweza kuwa na kiitikio kinachokaririwa.

Umuhimu wa nyimbo

Huhifadhi matukio muhimu ya kihistoria.

Hutumiwa kama burudani ya kutumbuiza waimbaji na hadhira. Hutumiwa kuliwaza na kufariji wenye majonzi.

Hudumisha na kuwasilisha usanii wa tamaduni za jamii mbalimbali.

Hutumiwa kuhamasisha watu kushiriki katika kutenda mambo fulani.

Hutumiwa kama chombo cha kupitisha utamaduni wa jamii.

Huelimisha, hukejeli na kuonya.

Hutumiwa kuongoa watoto walale ama hata wapende kitu.

Hurithisha sanaa yenyewe kwa vizazi kwa kupokeza kizazi hadi kingine.

Hutumiwa katika vipera vingine kama vile ngano kuhusisha hadhira.

Huchangia katika kukuza uzalendo, kwa mfano wimbo wa taifa na mengine ya kisiasa.

Hukuza utangamano. Nyimbo za kazi (hodiya) zinapoimbwa hufanya watu kutangamana katika kundi moja.

Hutia ujasiri. Wimbo kama vile nyiso na ule wa kivita huwapa wahusika ujasiri kukabiliana na yanayowakabili au yatakayowakabili.

Hutumiwa kuonyesha ustadi wa msanii. Wimbo bora huonyesha ubora wa msanii husika.

Ni mojawapo wa njia za kujipatia riziki.

Muundo wa nyimbo

(i) Nyimbo hugawika katika mafungu (beti)

(ii) Mishororo au mistari huwa na silabi zenye mdundo wa kimuziki.

(iii) Huweza kuimbwa kwa kupokezana baina ya kiongozi na waimbaji ambao huimba kiitikio.

(iv) Mafungu au mistari yanaweza kurudiwarudiwa kama kiitikio.

(v) Lugha huwa nzito na fiche.

(vi) Waimbaji wanaweza kubuni maneno ya ziada na kuongezea kulingana na hafla.

(vi) Baadhi ya nyimbo huwa na vina.

Sifa zinazofanya nyimbo ziwe mashairi

-Huwasilisha ujumbe kwa kutumia lugha ya mkato.

- Kifungu kimoja au kadha huweza kukaririwa sawa na kibwagizo katika ushairi.

- Beti za mashairi hulinganishwa na stanza au vifungu vya nyimbo.

- Baadhi ya nyimbo huzingatia urari wa vina n ahata mizani katika mishororo na vifungu.

- Mishororo inayounda ubeti inalinganishwa na mistari inayounda vifungu katika vya nyimbo.

Athari hasi za nyimbo

Kuna ukosefu wa maadili katika baadhi za nyimbo.

Huweza kutumika kueneza propaganda kwa kutoa ujumbe au picha isiyo ya kweli kwa nia ya kufaidika kwa mwimbaji huku wakipotosha wasikilizaji..

Huweza kuibua hisia za ukabila au utabaka na kwa hiyo kuchangia kuleta au kukoleza uadui au kutoelewana kwa wahusika..

Nyimbo zinalevya; zinapumbaza.

Baadhi ya nyimbo huwa na mawaidha mabovu hivyo huwapotosha watu katika jamii. Kwa mfano, nyimbo zinazowapotosha vijana kuhusu kushiriki mihadarati.

Vibainishi vya nyimbo

(i) Vigelegele

Vigelegele ni mlio wa sauti ifanywayo kwa kutembeza ulimi mdomoni upesiupesi. Katika wimbo, vigelegele hutumika kuonyesha upeo wa juu wa furaha. Vigelegele huweza kupigwa pia kumpongeza mchezaji ambaye amecheza vizuri au mwimbaji kwa uimbaji wake muruwa.

(ii) Mkarara

Huu ni ule msitari au ubeti ambao hurudiwarudiwa mara nyingi na washiriki. Mkarara hasa ndio huwafanya wasikilizaji kushiriki.Husaidia kuondoa udhia wa kumsikiliza mshiriki mmoja.Aidha, huondoa usingizi na kumpa mwimbaji fursa ya kupumzika kidog

(iii) Mshindo

Ni mapigo ambayo hupigwa kwa mwendo ule ule katika nyimbo zetu, hususa zile za kucheza.Mapigo haya hufanywa kwa mguu mmoja au miwili. Katika baadhi ya jamii, miguu ya wachezaji hufungwa njuga, msewe au makopo.Njuga husababisha mlio ambao huleta uzuri au utamu wa aina yake.

(iv) Makofi

Makofi hutumika kumtia hamasa mchezaji aliye katikati yao na kadiri makofi yaongezekavyo ndivyo mchezaji huchangamka.

Aina za nyimbo

Zipo aina nyingi sana za nyimbo za fasihi simulizi. Ifuatayo ni mifano ya aina hizo:

(a) Bembelezi / bembea

Ni nyimbo za kuwafariji au kuwabembeleza watoto walale au waache kulia. Huimbwa taratibukwa sauti ya kuongoa. Huwa fupi na zinazoonyesha kuliwaza. Kuna kurudiwarudiwa kwa maneno. Wakati mwingine hutolewa ahadi za kununuliwa watoto zawadi.

(b) Mbolezi

Huimbwa wakati wa matanga au kifo. Hutegemea jamii inayohusika na hata umri wa anayehusika. Huimbwa kwa nia ya kuwafariji waliofiwa. Huwatoa woga kwani hueleza kuwa kila mtu atafariki. Hukikashifu kifo na kukibeza kwa kuwachukua wapendwa. Mbolezi huimbwa kwa toni ya huzuni nap engine uchungu, hivyo kuibua hisia za ndani za mwombolezaji.

(c) Nyimbo za watoto

Mtoto mchanga anapokua, akaweza kwenda, kukimbia na kusema, naye huanza kuimba pamoja na wenzake. Nyingi katika nyimbo hizi huimbwa katika michezo ya watoto; baadhi huimbwa kwa kujibizana.

(d) Sifo / tukuzo

Nyimbo za aina hii huweza kupatikana katika miktadha tofauti kama kwenye sherehe za kitamaduni, uwanja wa kisiasa, arusi na kwingineko. Hujaza maneno ya sifa na aghalabu matumizi ya chuku, istiari (kwa mfano, kuwalinganisha wanaosifiwa na wanyama wakali).

(e) Nyimbo za kisiasa

Huimbwa katika hadhara ya kisiasa au kwingineko. Ni nyimbo za kawaida
sana katika jamii zetu. Nyimbo za kisiasa huwa na maudhui mapana kama
vile kuzindua, kuhamasisha, propaganda, mapambano, kutia ari, kukejeli.

(f) Hodiya / chapuzo

Hizi ni nyimbo ambazo huhusishwa na kazi kama vile kutwanga nafaka, kufua nguo,
kuvuna, kupalilia, kuinua gogo na kadhalika.Huimbwa wakati watu wanapofanya kazi.
Huimbwa na kundi la wafanyikazi au mtu mmoja wakati anapofanya kazi.

(g) Nyimbo za mapenzi / chombezi

Huimbiwa wapenzi. Hizi ni nyimbo ambazo huwa na maudhui ya
kimapenzi. Huelezwa kwa maneno matamu yenye hisia nzito nzito.

(h) Kimai

Ni nyimbo zinazohusu mambo ya majini au shughuli za baharini kama vile
uvuvi na ubaharia.

(i) Tumbuizo

Tumbuizo ni nyimbo ambazo huimbwa ili kuwafurahisha watu katika sherehe
mbalimbali kama vile kwenye ngoma au kwenye harusi. Husifia wahusika wakuu
katika sherehe husika. Huweza kuwa na sehemu zinazorudiwarudiwa.

(j) Nyimbo za kidini

Nyimbo hizi huimbwa maabadini wakati wa ibada za sala / swala. Kasida ni nyimbo

(k) Jadiiya

Hizi ni nyimbo za kitamaduni ambazo zinaimbwa na kupokezwa kwa mdomo
kutoka kizazi kimoja hadi kingine. Nyimbo hizi husimulia mambo mengi hasa
yaliyotukia katika historia ya jamii fulani kama vile majanga, ucheshi.

(l) Nyiso

Hizi ni nyimbo ambazo huimbwa jandoni. Hutumiwa kuwaandaa kihisia
Wanaotahiriwa kwa kuwapa ari ya kupitia kijembe cha ngariba. Nyiso huhimiza

ujasiri na kukebehi woga. Huwaambia kuwa wameingia katika hatua nyingine ya maisha, yaani hatua ya utu uzima.

(m) Wimbo wa taifa

Ni wimbo unaotambulisha taifa fulani. Nyimbo hizi huimbwa na watu wa taifa moja kuonyesha mapenzi yao na uzalendo kwa nchi yao. Mfano wa (wimbo wa taifa Kenya):

1

Eeh Mungu nguvu yetu,
Ilete Baraka kwetu,
Haki iwe ngao na
milinzi, Na tukae na
udugu, Amani na uhuru,
Raha tupate na ustawi.

2

Amkeni ndugu zetu,
Tufanye sote bidii,
Nasi tujitoe kwa nguvu,
Nchi yetu ya Kenya,
Tunayoipenda,
Tuwe tayari kuilinda.

3

Na tujenge taifa letu,
Eeh ndio wajibu wetu,
Kenya istahili heshima,
Tuungane mikono,
Pamoja kazini,
Kila siku tuwe na shukrani.

(n) Nyimbo za harusi

Nyimbo hizi huimbwa katika sherehe za harusi, kuwatakia mema maharusi katika uhusiano wao wa kindoa.
zinazoimbwa kumsifu Mtume Muhammad zinazoimbwa katikaMaulidi.

(o) Nyimbo za siku ya kuzaliwa

Nyimbo za aina hii huimbwa kuadhimisha ukumbusho wa siku ya kuzaliwa.

(p) **Nyimbo za migomo**

Huimbwa na watu wanapoandamana na hukashifu serikali au shirika kwa kutoshughulikia haki za wafanyikazi. Aidha, huwasifu viongozi wa wafanyikazi au kundi fulani. Nyimbo za migomo hunuiwa kuwashinikiza viongozi kuyatatua matatizo ya wagomaji.

(q) **Nyimbo za vita**

Hizi ni nyimbo zinazoimbwa au kuimbiwa watu wanaokwenda vitani kuwapa hamasa na moyo wa kuitetea hadhi na heshima ya taifa lao kwa matumizi ya silaha.

(r) **Nyimbo za uwindaji**

Huimbwa na wawindaji wakiwa katika usasi.

(s) **Kongozi**

Nyimbo za kuaga mwaka mkongwe na kualika mwaka mpya hususa katika jamii ya Waswahili.

(t) **Vave / wawe**

Ni nyimbo zinzoimbwa na wakulima wakiwa katika shughuli za kilimo. Baadhi ya wawe huwa na mtu anayewaongoza wengine katika uimbaji.

(u) **Taarabu**

Muziki wa mahadhi yenye asili ya mwambao wa Afrika Mashariki unaotumia ala za Mchanganyiko wa Kiarabu, Kihindi na Kizungu.

(v) **Nyimbo za kishujaa**

Huimbwa kusherehekea ushindi wa tukio fulani kama vita.

(2) Maghani

Maghani hutumiwa kuelezea ushairi ambao hutolewa kwa kalima, yaani kwa njia ya maneno badala ya kuimbwa au kughaniwa kama mengineyo. Kimsingi, huu ni ukariri wa nusu kusemwa na nusu kuimbwa. Kuna aina mbili kuu za maghani:

maghani ya kawaida

maghani ya masimulizi (maghani simulizi)

(a) Maghani ya kawaida

Hutumiwa kuelezea aina ya tungo ambazo hupatikana katika fasihi simulizi na ambazo hugusia maswala mbalimbali kama mapenzi, siasa, harusi, dini, kazi na maombolezo. Mashairi yanayogusia maswala haya yanapoghaniwa (kukaririwa kwa kalima) basi huwa maghani ya kawaida. Maghani ya kawaida ni pamoja na kivugo /majigambo, tondozi na pembezi / pembejezi.

(b) Maghani simulizi

Haya ni maghani ambayo husimulia hadithi, tukio, kisa au historia. Usimulizi unaohusika hapa unaweza kuambatanishwa na muziki wa ala kama zeze, njuga, marimba au hata ngoma. Maghani ya aina hii hupatikana katika jamii nyingi Afrika na uhusishwa na wasimulizi ambao hujulikana kama yeli au manju. Mifano ya simulizi ni rara, tendi / utenzi, ngano.

Sifa za maghani

Maghani ni tungo za kishairi kwa hiyo zina mapigo ya kimuziki au maneno mateule yenye muwala.

Huwa katika umbo la shairi.

Huzungumzia mashujaa na ushujaa.

Muundo huwa na utaratibu fulani.

Hueleza mambo ya kiutenzi.

Tamathali za usemi hutumika kwa wingi kujenga taswira.

Huweza kutolewa na mtu mmoja au kundi la watu.

Hutungwa papo hapo na kutongolewa mbele ya watazamaji / hadhira. Hutumia tamathali za usemi kwa wingi.

Dhima ya maghani

Huwatukuza mashujaa

Hutumiwa kukejeli au kukashifu sifa mbaya katika jamii.

Kufurahia fanaka ya watu binafsi na jamii kwa jumla.

Hutumiwa kueleza sifa maalumu za mashujaa.

Hukuza uhusiano bora miongoni mwa wanaojigambia wenzao.

Kipera cha maghani kinaweza kuainishwa katika vijipera vifuatavyo:

(i) **Kivugo/ majigambo**

Haya ni mashairi yanayohusu majisifu ambayo hutungwa na mtu anayehusika. Hutungwa kwa namna ambavyo hujenga taswira ama picha ya anayehusika kwa hadhira yaje kwa kuonyesha ubingwa wake katika jambo fulani kama vile vita, masomoni, michezoni, ucheshi na kadhalika.Majigambo huwa ni ya papo hapo na huelekezewa wale wanaomjua na kumtambua anayejisifuna hivyo huwa vigumu kwa wale wasiomjua kuelewa. Katika jigambo hilo anaweza kujieleza jina lake, ukoo wake na lakabu zake.

(ii) **Tondozi**

Haya ni maghani ambayo huwasifu watu, wanyama au vitu. Tondozi inaweza Kumsifu mtu kwa mambo kama umbo, kimo, tabia, sura, wema, na kadhalika. Pia mnyama wa mwitu anaweza kusifiwa kwa ukubwa wake, ujasiri, ukali kama ambavyo mti unaweza kusifiwa kwa umbo ama manufaa yake. Msingi hapa ni ni kuwa kinachosifiwa kinapewa sifa fulani. Lugha ya kuvutia na yenye kuvuta taswira hutumika katika tondozi.

(iii) **Pembezi / pembejezi**

Hizi ni tungo za kusifu kama zilivyo tondozi. Pembezi hutumiwa kuwasifu watu mashuhuri ambao wametenda matendo maarufu kama ya ushujaa, uongozi na maendeleo ya jamii husika. Watu hawa husifika pia kutokana na nafasi au nyadhifa walizonazo katika jamii.

(iv) **Simango**

Ni maghani ambayo dhima yake kuu ni kumsimanga mtu fulani juu ya mambo aliyoyafanya au anayoaminiwa kuyafanya na sifa alizonazo mtu au anazoaminika kuwa nazo. Kwa kawaida, anayosimangiwa mtu huwa ni mambo mabaya na hayakubaliki katika jamii ya binadamu.

(v) **Tendi/utenzi**

Tendi ni tungo ambazo hutumiwa kusimulia matukio ya kihistoria yanayohusishwa na watu maarufu katika jamii. Mara nyingi wahusika wa tendi huwa mashujaa au majagina wanaodhaniwa waliishi katika jamii na walifanya matendo ya kijasiri. Tungo hizo huyaeleza maisha ya mashujaa hao kuanzia kuzaliwa hadi kufa kwao. Wahusika wanaopatikana katika tendi huwa na sifa zinazokiuka uwezo wa binadamu wa kawaida. Huwa na sifa zinazofanana na mashujaa wa mighani.

(vi) **Rara**

Rara ni hadithi fupi na nyepesi za kishairi zinazosimulia tukio la kuvutia.Tukio hilo laweza kuwa la kweli kama sherehe za uhuru au liwe tukio la kubuni tu. Rara hutongolewa ukiandamanishwa na ala za muziki.

(vii) **Rara nafsi**

Huu ni ushairi wa kinafsi ambao hutungwa na mtu kuelezea hisia, matatizo na fikra zake mwenyewe kama vile kuhusu mapenzi, usaliti, talaka, kifo. Rara nafsi huwasilishwa kwa njia ya uimbaji unaoandamana na ala za muziki.

(viii) **Ngano**

Hizi ni tungo ambazo hutokea katika muktadha wa utambaji wa ngano lakini huwa pia zinaandamana na ala za muziki kama marimba, njuga na mengineyo.

(3) Ngonjera

Ngonjera ni tungo za kishairi ambazo huwa na muundo wa kitamthilia. Mazungumzo katika ngonjera ni kulumbiana au kujibizana. Mhusika mmoja husema au huuliza jambo na mhusika mwingine hujibu au kuendeleza mazungumzo. Mazungumzo yanaweza kuwa baina ya watu wawili au zaidi. Ngonjera huanza na fikra kinzano yakiwa na azma ya kutatua utata fulani kuhusu jambo fulani. Suluhisho la utata huo hupatikana hatimaye mwishoni mwa ngonjera. Mfano:

Bibi: Jambo umeshikilia, Ukimwi sijui nini?
Shika njia kimbilia, uliza manake nini?
Mashaka yamezidia, waweweseka ndotoni,
Ukimwi nimesikia, kila mtu yuataja.

Babu: Ni vyema tuutambue, twende kwa wanaojua,
Akili watufumbue, tufahamu ya dunia,
Nyuma tusiachie, mashaka kujiwekea,
Ukimwi ninauliza, kitu hiki kitu gani?

(4) Mashairi mepesi

Haya ni mashairi ya kawaida ambayo hupatikana katika ushairi simulizi na ambayo hukaririwa. Mashairi haya hurejelea maswala ya kila siku katika jamii kama vile mapenzi, kusifu, kukosoa, kuelekeza na kufahamisha kuhusu maswala ibuka kama vile ufisadi, uchafuzi wa mazigira, ukiukaji haki za watoto, ugaidi mamboleo na kadhalika.

1.Soma utungo ufuatao kisha ujibu maswali yanayofuata. 1

Zimepita siku ayami
Siku chungu tangu giza lipotanda
Wakati lipotazama kwa kiwewe na
shauku Pumziko kipania, roho kupigania
Ziraili alipokakamaa aushiyo kufakamia.

2

Nalikwita kwa sauti Ela
penzi hukunitika
Machoyo litunga mbele
Kumkabili huyu nduli
Nikabaki kunyong'onyeya
Jaala kitumainia,
Mtima kijiinamia
Hatima kungojea.

3

Ya mwisho lipumua,
Alfajiri ya kiza kikuu
Nalidhani wanichezea,
Mizaha yako kawaida
Lijaribu kupulizia Hewa
toka langu pafu,
Tumaini kiniambia pumzi zangu takuhuisha
Sikujua hizo likuwa juhudi za mfa maji muhebi.

4

Macho libaki kutunduiya, tabasamu
kitaraji Kumbe mwenzangu kaniacha!
Ukiwa ulinivaa, ukungu ukatwandama
Pa kuegemea, sikujua fundo chungu linisakama
Tabibu alipoingia na kutangaza rasmi mauko.

5

Ilikuwa kana kwamba ndo jana lipofunga
nikahi, Kumbukizi zilinijia kwa chozi teletele
Japo kifo ni faradhi ndwele hino
halieleweki Ama jicho la hasidi,
Limekuangaza jamani?

6

Koja hili ninalokuwekea, Kando
ya kasri hili la shakawa
Ni hakikisho toka kwangu, nitatamba sana na
njia Kutafuta alotwendea kinyume kutupoka,
Mauko kutuleteya.

Maswali/ majibu

(a) Utungo huu ni mfano wa mbolezi. Thibitisha. (alama 8)

Imetumia lugha hisishi, lugha inayoibua hisia nzito za huzuni.

Mwimbaji anataja Ziraili- malaika wa kuondoa uhai. Kifo kimetokea.

Toni ya huzuni inadhihirika katika shairi zima. Mwimbaji anasema
kuwa alivaliwa na ukiwa, yaani kubakia upweke kutokana na kifo.

Huu ni wimbo kwa sababu umegawika katika
beti. Mwimbaji anataja sifa nzuri za marehemu.

Mshairi anazungumza moja kwa moja na marehemu (mbinu ya
ritifaa) Unaonyesha nguvu za Mwenyezi Mungu- kuwa kifo ni faradhi.

Wimbo huu unaonyesha chanzo cha kifo – usihiri / marogo /uchawi.

(b) Wimbo huu unasawiri msimamo gani wa jamii husika kuhusu kifo? (alama 3) Ni
washirikina kwani mshairi anasema atabaki kusaka aliyesababisha ndwele

(maradhi) yaliyochangia mpenzi wake kufa.

Aidha, wanaamini kifo husababishwa na matendo ya watu
wabaya.Anasema,''Au jicho la hasidi limekuangukia, jamani?

Jamii hii inaamini katika nguvu za majaliwa (kifo ni faradhi).

(c) Andika tamathali za usemi na mbinu za lugha zilizotumiwa katika
wimbo huu. (alama 6)

Ametumia ritifaa anapozungumza na asiye na uhai kana kwamba yuamsikiza.

Mbinu ya balagha inajitokeza pale mshairi / mwimbaji anapouliza,'
Kumbe mwenzangu kaniacha?'.

Tashihisi / uhuishi / uhaishaji inajitokeza pale anaposema kuwa ukiwa / upweke ulimvaa.

Istiara ni ulinganishi wa moja kwa moja. Mfano katika wimbo huu ni pale mwimbaji anapolinganisha kifo na ndulu bila ya kutumia vilinganishi.

Kisengerenyuma (mbinu rejeshi)-Mwimbaji anakumbuka siku ya kufunga ndoa na mwendazake.

Kejeli- kaburi linarejelewa kama kasri la shakawa, yaani dhiki.

(e) Nani nafsineni katika utungo huu? Thibitisha. (alama 3)

Aliyepoteza mwenzake wa ndoa kupitia kifo.

2. Soma utungo ufuatao kisha ujibu maswali.

Ewe Mainga wa Ndumi
Siwe uloambia akina mama
Siku tulopiga foleni
Chakula cha msaada kupata
Turudishe vifaranga kwenye miji
Wageuke vijusi tena
Njaa isiwaangamize?

Siwe ulopita
Matusi ukitema
Chumvi na sukari kuturushia
Uhitaji wetu ukatutuma
Kuokota vihela uloturushia
Ukatutunua, kura ukapata?

Sasa miaka mitano imetimia
Mainga wa Ndumi huna lolote safari hii
Ubunge umekuondoka ukitazama
Wanyonge tumeamua
Kwingine kujaribu.

Maswali/ majibu
(a) Huu ni wimbo wa aina gani? Thibitisha. (alama 2)

228

Ni wimbo wa kisiasa. Umetaja kura na ubunge.

(b) Andika mbinu za lugha zilizotumiwa katika utungo huu. (alama 4)

Tashbihi(a) : Chumvi na sukari kuturushia **ja** samadi?

Balagha : Siwe uloambia akina mama...Njaa isiwaangamize?

Tashihisi/uhuishi/uhaishaji : Uhitaji wetu ukatutuma...

Sitiari : Vifaranga ni istiari ya watoto.

Kinaya : Aliwaahidi akina mama chakula cha misaada lakini baada ya kuchaguliwa kama mbunge akawa akipita akiwatukana.

(c) Nani nafsineni (anayezungumza) katika utungo huu?

(alama 2) Ni mwanamke mpiga kura

d) Fafanua toni ya utungo huu. (alama 2)

Wimbo huu una toni ya kusuta. Mzungumzaji analalamikia usaliti wa mbunge wao na kumsuta kwa vitendo visivyo vya kupendeza.

(e) Fafanua umuhimu wa nyimbo za aina hii. (alama 10) Wimbo wa kisiasa huweza kuwa na umuhimu ufuatao: Kuonyesha historia ya jamii husika.

Kutambulisha jamii kwa kuonyesha mfumo wake wa kisiasa.

Huweza kuonyesha migogoro na mivutano kati ya watawala na watawaliwa.

Kukuza umoja miongoni mwa wanajamii. Nyimbo za taifa hukuza umoja.

Kutangaza kaulimbiu za vyama vya upinzani au vyama tawala.

Kueneza propaganda za kisiasa.

Kuburudisha na kuchangamsha.

Kuimarisha uzalendo na mshikamano wa kitaifa miongoni mwa wanajamii. Kukashifu uongozi dhalimu.

Kuonyesha matarajio ya watawaliwa kwa viongozi.

Kuliwaza na kuwapoza wahasiriwa wa migogoro ya kisiasa. Kuzindua na kuhamasisha watu.

3. Soma wimbo huu kisha ujibu maswali yanayofuata.

Ho! Ho!Ho!
Vijana wote tufahamu
Adui katuvamia
Mbiu imeshapigwa
Sasa anataka kutuangamiza.

Karibu wamefika
Akina mama sogeni mbali
Watoto nanyi tokeni
Mchakato utaanza.
Vijana wote tushikane
Mikuki tayari tubebe
Mishale nayo tuijaze
Kuirusha, tusiogope
Adui ataangamia.

Ho! Ho! Ho!
Vijana mashujaa
Kama mimi nilivyo
Walinda jamii wa leo na kesho
Watamwangamiza adui
Kwa mishale na mikuki
Sisi ni panga!
Tukimaliza udhia nao
Tutasherehekea ushindi
Ushindi wa mashujaa
Vijana tutanguruma kama simba!

Maswali
(a) Huu ni wimbo wa aina gani? Eleza. (alama 4)
(b) Wataje wahusika katika wimbo huu. (alama 2)
(c) Fafanua sifa mbili za mwimbaji wa wimbo huu. (alama 4)
(d) Dondoa mbinu zozote mbili za lugha katika wimbo huu. (alama 4)
(e) Eleza matumizi ya kihisishi katika wimbo. (alama 2)
(f) Mbali na wimbo huu, taja aina nyingine nne za nyimbo. (alama 4)

4. Soma utungo huu kisha ujibu maswali yanayofuata.

Nise! Nise! nise!
Ni mimi Omubuya aliyeonana na ngariba,
akakata macheo hata machweo,
hadi kisu kikawa but

Omubuya hata chozi ng'o!
Nilisimama mchana ng'a!
Wanawake wote wakaonea
meno macho yakawapotea.

Niliua chui kwa huu mkono wangu,
nilipiga Warwa wakakimbia. Mimi,
fahali akaaye juu mlimani. Nise!
Omubuya nambari moja.

Nikija nyumbani koo wote
hulala jogoo likawika, hata
upinzani! Acha nikohoe,
Maana mimi ndiye gwiji
Simba asiyetishika
Natawala mbuga zote!

Nise! Kuna shujaa mwengine?
Onana na Ombuya
Nilishinda kifo mbio
Nilipiga Mamakombe. We!
Nise! Nise! Omubuya.

Maswali / Majibu
(a) Ainisha kipengele cha fasihi simulizi kinachorejelewa.Toa sababu zako. (alama
6) Ni majigambo. Mhusika anajigamba kuwa bingwa katika jamii yake na
anajilinganisha na simba na jogoo, yaani hana upinzani na hatishiki na
yeyote. Anasema kuwa alivumilia kisu cha ngariba (mtahirishaji /
mpasha tohara) wakati wote (macheo hadi machweo) kwamba
aliwapiga Warwa akiwa peke yake hadi wakakimbia kusalimisha nafsi
zao. Aidha, anadai kushinda kifo, hakikuweza kumfika. Isitoshe,
anajinatakuwa aliua chui kwa mikono yake bila kutumia silaha yoyote.
(b) Msemaji ni nani? (alama 2)
    Nafsineni hapa ni Omubuya.
(c) Taja mambo manne ya kifahari ya mhusika huyu. (alama 8)
    Hakuogopa kukutana na kisu cha ngariba, alitahiri.

Aliua chui bila ya kutumia silaha yoyote ila mikono
yake tu. Aliwashinda maadui vitani (Aliwapiga Warwa)
Alifaulu kuepuka kifo.

(d) Taja sifa zozote nne za kipengele hiki cha fasihi. (alama 4)

Kuna matumizi ya takriri / uradidi. Maneno Nise! Nise!
Nise! yanarudiwarudiwa.

Aidha, kuna matumizi ya istiari(a). Mhusika Omubuya anajilinganisha
moja kwa moja bila kutumia vilinganishi kuwa yeye ni fahali.

Kuna matumizi ya balagha, yaani sawli ambalo jibu lake ni
bayana pale anapouliza kama kuna shujaa mwingine.

Matumizi ya tanakali sauti na viigizi: Mchana ng'a!, chozi ng'o!

5. Soma utungo ufuatao kisha ujibu maswali yanayofuata.

Ndimi Mwimo mdumishaji ukoo
Ndimi ndovu mtetemesha ardhi
Aliyepigana vita, ukoo kuauni
Ziliporindima zangu nyayo
Adui alinywea, mafahali na mitamba
akatukabidhi Kwenye misitu sikuwa na kifani
Paa na hata visungura
vilijikabidhi kwangu
kwa kuinusa tu mata
Nani aliyewahi
Ngomani kunipiku?
Makoo hawakunisifu, wakalilia
nikaha? Kwenye nyanja za michuano
Nani angethubutu, ndaro kunipigia?
Sikuwabwaga chini, kwa yangu mozi, hata kabla hatujavaana?

Maswali

(a) Ainisha kipengele cha fasihi simulizi kinachorejelewa katika utungo huu. (alama 2)

Ni maghani ya kivugo/majigambo. Nafsineni anajigambia maswala
mbalimbali kama vile kuwa bingwa katika mieleka na mwindaji
(msasi) hodari wa wanyama.

232

(b) Tambua nafsineni katika utungo huu.(Alama 2)

Anayezungumza ni Mwimo:"Ndimi Mwimo…"

(b) Bainisha shughuli mbili za kijamii na mbili za kiuchumi zinazoendelezwa na jamii inayosawiriwa na utungo huu. (alama 4)

Vita baina ya koo mbalimbali.

Mashindano ya mieleka kati ya koo mbalimbali. Kuna ufugaji wa wanyama.

Usasi/uwindaji wa wanyama kwa chakula.

(c) Eleza mambo matano ambayo yanaweza kuzingatiwa ili kufanikisha uwasilishaji wa utungo huu. (alama 5)

Sauti inayosikika.

Shughuli au hafla husika. Hadhira husika

Ujuzi wa matumizi ya lugha na tamathali za usemi.

(d) Andika mbinu tatu za lugha zilizotumiwa katika utungo huu na kutolea mifano. huu. (Alama 3)

Istiara: Ndimi ndovu mtetemeshaji ardhi.Nafsineni anajilinganisha moja kwa moja na ndovu.

Balagha: Maswali ambayo majibu yake ni bayana yanajitokeza katika utungo huu. Mwa mfano: "Nani aliyewahi ngomani kunipiku?...Makoo hawakunisifu, wakalilia nikaha?...Kwenye Nyanja za michuano, nani angethubutu, ndaro kunipiga?"

Chuku/ iblagh: Kutilia chumvi maelezo. Nafsineni anasema,"Paa n ahata visungura vilijikabidhi kwangu…"!

(e) Eleza faida nne za matumizi ya nyimbo katika uwasilishaji wa ngano. (alama 4) Kupumzisha hadhira kutokana na masimulizi marefu.

Kuishirikisha hadhira. Hadhira aghalabu huchangia katika kuimba wimbo wenyewe.

Kuchangamsha na kuburudisha hadhira.

Kusisitiza hoja au ujumbe fulani.

6. Soma utungo huu kisha ujibu maswali yanayofuata.

Ewe mpwa wangu
Kwetu hakuna muoga
Uoga ukikufikia, huenda ni wa kina mamayo
Fahali tulichinja ili uwe mwanamume
Wewe mpwa wangu, kisu ni kikali ajabu
Iwapo utatingiza kichwa
Uhamie kwa wasiotahiri
Wanaume wa mbari yetu
Si waoga wa kisu.

Wao hukatwa kuanzia macheo, hadi machweo
Iwapo utahindwa
Wasichana wote watakucheka
Ubaki msumusu, sima mmepokea
Ngariba alilala jikoni, visu ametia makali

Wewe ndiwe wangojewa
Hadharani utasimama
Macho yote yawe kwako
Iwapo haustahimili kisu, juuzulu sasa mpwa wangu
Hakika tutakusamehe.
Mwaka kesho unakuja
Asubuhi ndio hii
Mama mtoto aamushwe
Upweke ni uvundo
Iwapo utatikisa kichwa,iwapo wewe ni 'mme'
Kabiliana na kisu kikali.
Kweli ni kikali!
Wengi wasema ni kikali!
Fika huko uone ukali!
Mbuzi utaipata
Wa hata shamba la mahindi
Simama imara, usiende kwa wasiotahiri.

234

(a) Taja na uthibitishe shughuli zozote za kiuchumi za jamii ya wimbo huu. (alama 4)

(b) Nani mwimbaji wa wimbo na anamwimbia nani? (alama 2)

(c) Huu ni wimbo wa aina gani? Thibitisha. (alama 2)

(d) Msimulizi wa wimbo huu ana taasubi ya kiume. Thibitisha dai hili. (alama 2)

(e) Taja mambo yoyote manne ambayo hupambanua muundo wa nyimbo katika jamii za Kiafrika. (alama 4)

(f) Nyimbo zina wajibu gani katika jamii? (alama 4)

(g) Fafanua mambo yoyote mawili kuonyesha athari hasi za nyimbo. (alama 2)

❖ **Lakabu (msimbo)** ni jina la kupanga ambalo mtu hujibandika ama hubandikwa kutokana na sifa zake za kimaumbile, kitabaka au kimatendo. Tofauti na majazi ni kwamba huku lakabu ikipagazwa au akijipagaza mhusika, majazi ni jina la kisanii ambalo mwandishi humpa mhusika wake anapomuumba kulingana na tabia au sifa anazotaka awe nazo mhusika huyo. Mifano ya lakabu katika uwanja wa utunzi wa mashairi ya kwa lugha ya Kiswahili:

Wallah bin Wallah – Malenga wa Ziwa

Kuu Ahmed Nassir – Malenga wa Mvita.

Abdilatif Abdalla – Malenga wa Vumba.

❖ **Malenga**: Ni mtunzi stadi wa mashairi na nyimbo.

❖ **Shaha**: Mtunzi aliyefikia daraja ya juu kuliko malenga.

❖ **Manju (yeli):** Stadi wa kutunga na kuimba nyimbo au kukariri mashairi.

❖ **Diwani**: Kitabu chenye mkusanyiko wa mashairi ya mshairi mmoja au washairi mbalimbali.

Marejeleo

Mnyampala, M., (1970), **Diwani ya Mnyampala**, Dar es Salaam, Nairobi, Kampala, East Africa Literature Bureau (EALB).

Nassir, A., (1971), **Malenga wa Mvita**, Nairobi, Oxford University Press (OUP).

Mzenga, M. na Hijazy, S.O., (1977), **Tujifunze Mashairi**, Nairobi, Macmillan.

Abdalla, A., (1982), **Malenga wa Vumba**, Nairobi, Oxford University Press (OUP).

Mbega, M. Hassan, (1984), **Dafina ya Umalenga**, Nairobi, Longman Kenya.

Mohamed,S. A., (1985), **Kina cha Maisha**, Nairobi, Longman Kenya.

Khan, M.K., (1985), **Mashairi Yetu**, Nairobi, East Africa Publishing House (EAPH).

Karama, S., (1985), **Nyota ya Ushairi**, Nairobi, Heineman Educational Books (HEB)

Mazrui A.K., (1988), **Chembe cha Moyo**, Nairobi, Heinemann Kenya.

Ndeda J.,Wallah, W., (1988), **Malenga wa Ziwa Kuu**, Nairobi, Heinemann Kenya.

Mohamed, S.A., (1990), **Mbinu na Mazoezi ya Ushairi**, Nairobi, Evans Brothers.

Kuvuna, S., Mvati, M. na Maliachi, A., (1992), **Nuru ya Ushairi**, Nairobi, Kenya Literature Bureau (KLB).

King'ei, K. K. na Amata, K., (2001), **Taaluma ya Ushairi**, Nairobi, Acacia Stantex Publishers.

Amiri, A.S., Mwalaa M. N., Arege, T.M., (2013), **Tunu ya Ushairi**, Nairobi, Oxford University Press (OUP)

Method, S., Amina, J.S., Akech, J.K., (2013), **Ushairi wa Kiswahili**, Dar es Salaam, Meveli Publishers (MVP).